நல்வாசலின் வழியே
அல்லது
கிறிஸ்துவும் நல்லொழுக்கமும்
(Through the Gate of Good or Christ and Conduct)

ஜேம்ஸ் ஆலன்
(தமிழில் சே.அருணாசலம்)

வள்ளியம்மை பதிப்பகம்

mobile/WhatsApp: 91-8939478478

email: arun2010g@gmail.com

நூல் விவரம்

நூல் தலைப்பு : நல்வாசலின் வழியே

அல்லது கிறிஸ்துவும் நல்லொழுக்கமும்

Book Title : Nalvaasalin Vazhliye

Allathu Christhuvum NalOlukkamum

ஆசிரியர் : ஜேம்ஸ் ஆலன்

தமிழில் : சே.அருணாசலம்

உரிமை@ : வள்ளியம்மை பதிப்பகம்

முதல் பதிப்பு : March 2024 | Reprinted: 2025

பக்கங்கள் : 84

தாள் : 70 ஜிஎஸ்எம்

அச்சகம் : Real Impact Solutions, Chennai- 600 004

வெளியீடு : வள்ளியம்மை பதிப்பகம்

அலைபேசி: 91-8939478478

மின்னஞ்சல்: arun2010g@gmail.com

விலை : ரூ 150/-

ISBN :978-93-340-3400-4

உள்ளடக்கம்

வாழ்த்துரை iv
முன்னுரை 1
1. நுழைவாயிலும் பாதையும் 6
2. நீதியும் இறைதூதர்களின் தீர்க்கதரிசனமும் 21
3. நுகத்தடியும் பாரமும் 38
4. கட்டளையும் செயல்பாடும் 49
5. நடு தண்டும் கிளைகளும் 60
6. மீட்புக்குரிய இன்றைய நாள் 68
புத்தக விலை பட்டியல் 75

வாழ்த்துரை

அவிலா எட்வர்ட்

LICET, (லயோலா வளாகம்)

"நல்வாசலின் வழியே

அல்லது

கிறிஸ்துவும் நல்லொழுக்கமும்"

(Through the Gate of Good

or Christ and Conduct)

இயேசு என்னும் பிரமாண்டத்தை விவரிக்கும் ஜேம்ஸ ஆலன் என்னும் சிறப்பை லாவகமாக நமக்கு தமிழில் அளித்திருக்கும் சே.அருணாசலம் ஒரு மகிழ்வு.

இருபதாம் நூற்றாண்டில் தாக்கம் ஏற்படுத்திய புத்தகங்களை இருபத்தியோராம் நூற்றாண்டில் தமிழ் வாசகர் சமூகத்திற்கு தருவது ஒரு துணிவு.

"நல்வாசலின் வழியே அல்லது கிறிஸ்துவும் நல்லொழுக்கமும்" என்ற இந்த நூலில், இயேசு கிறிஸ்துவின் மொழிகள் வேதநூல் வடிவில் தரப்படவில்லை. நடைமுறை வாழ்க்கையில் அனுபவிக்க வேண்டிய எண்ணப்பாடுகள், இலக்காக கொள்ள வேண்டிய கோட்பாடுகள், உறவுமுறைகளில் கடைப்பிடிக்க வேண்டிய பாங்குகள் என ஒரு சமூகநூலாக வரையப்பட்டுள்ளதை இங்கு அருணாசலம் அவர்கள் நமக்கு திறம்பட மொழிப்பெயர்த்து வழங்கியுள்ளார். இயேசு போதகங்கள் வலியுறுத்தும் செயல்வழிப்பாதைகளைச் சொற்றொடராகத் தர வேண்டிய கடினமான பணியைப் பொறுப்புடன் செய்திருக்கிறார்.

I sendforth these books with Health, Healing and Blessedness and I know that they will not fail in their mission to reach the homes of those who are waiting for it என்று நூறு ஆண்டுகளுக்கு முன் எழுதிய ஜேம்ஸ் ஆலனின் தீர்கதரிசனம் உண்மையாகும் விதமாக இன்று அவரது பலநூல்களும் தமிழில் கிடைக்கப்பெறுகின்றன. அதற்கு கருவியாக

இருக்கும் freetamilebooks.com‌ற்கு எனது வாழ்த்துக்கள்.

மொழிப்பெயர்த்துள்ள அருணாசலம் அவர்களுக்கு இறைவன் திருவருள் கிடைக்க பிரார்த்தனை செய்து இந்த அணிந்துரையை நிறைவு செய்கிறேன்.

நன்றி: அவிலா எட்வர்ட்

LICET, (லயோலா வளாகம்)

(டிசம்பர், 2022)

முன்னுரை

இன்றைய காலச் சூழலில் ஆன்மீக கருத்துக்கள் எளிமைப்படுத்தப்படுவதே சான்றோர்கள் ஆற்ற வேண்டிய முக்கியப் பணியாக உள்ளது. பொய் கலப்பற்ற உண்மையை, எந்த ஒப்பனையோ வேடமோ தரிக்காத உண்மையைக் காணவே மனித இதயங்கள் பசியோடு ஏங்கித் தவிக்கின்றன. உண்மையைக் காண்பதற்கான இந்த தவிப்பே மனித இதயங்களுக்குக் காலப்போக்கில் இளைப்பாறுதலைத் தரும். (இப்போதும் இளைப்பாறுதலைத் தந்துக் கொண்டிருக்கிறது). இங்கும் அங்கும் ஆண்களும் பெண்களும் தன்னை வெல்லுதல் என்னும் பாதையின் நுழைவாயிலைக் கடந்து சென்று உயர்ந்த நன்னெறிகளைத் தம் உடைமைகளாக அடைகிறார்கள்.

பத்தொன்பதாம் நூற்றாண்டின் இறுதி ஆண்டுகள் வெற்றுச் சடங்குகளின் முடிவுகளுக்கு சாட்சியம் கூறின, இப்பொழுது ஆன்மீகம் உயிர்ப்போடு நிலைநாட்டப்பட்டு இருக்கிறது. மடிந்து கொண்டிருக்கும் சமய கோட்பாட்டு தத்துவ நூல்களின் தூசிகளை மனப்பார்வையிலிருந்து விலக்கி காட்சிகளைக் காண்பவர்களுக்கு, "பழைய

நம்பிக்கைகள் முடிவதும் புதிய நம்பிக்கைகள் எழுவதும்" ஏற்கெனவே தென்படத் துவங்கிவிட்டன. அத்தகையவர்கள் முழுதாக ஊடுருவி உண்மையைக் காணவில்லை என்றாலும் மங்கலாகவேணும் அவர்களுக்கு அது வெளிப்பட்டு இருக்கிறது. தூய்மையான எண்ணங்களிலும் புனிதமான செயல்களிலும் நடைமுறை வாழ்வில் ஈடுபடுபவர்களுக்கு மட்டுமே உண்மையின் உன்னதமான உறைவிடம் வெளிப்படும்.

உரமிழந்த மத அமைப்புக்கள் உலகமெங்கும் சிதைந்து அழிவதை உலகம் இன்று காணும் காட்சியானது மகிழ்ச்சிக்குரிய ஒன்றாகும். அது வாழ்வு துளிர்ப்பதற்கு முன் ஏற்படும் இறப்பாகும். உண்மை முழுதாக வெளிப்படுவதற்கு முன் அழிந்து போக வேண்டிய பொய்யாகும். உண்மை, மிக மிஞ்சிப் போனால், மறைக்கப்பட முடியும். ஆனால், உண்மை அந்த நிலையை தாக்குப் பிடித்து நிலைத்து வாழும். அதன் அழியாத தன்மைக்கு சான்றளித்து உறுதிப்படுத்த முடியாது. உண்மையின் காட்சியை ஒரு கணமேனும் கண்டவன் அதன் பாதுகாப்பைக் குறித்து பின் எப்போதும் கவலைப்பட மாட்டான். மனிதர்களது அச்சம் எல்லாம் உண்மை என நினைத்துக் கொண்டிருக்கும் பொய்யைப் பற்றியது தான். அது

குறித்து அச்சப்பட்டு எவ்வளவு தான் பாதுகாக்க முனைந்தாலும், அது இறுதியில் அழிந்தே தீரும்.

எல்லா பேராசான்களின் வாழ்விலும் முழு பிரபஞ்சத்திற்கும் பொதுவான பேருண்மை வெளிப்படுவதை நாம் காண முடியும். ஆனாலும், மனித குலம் அதன் கம்பீரம் மற்றும் பேரெழிலைக் காண்பதற்கு வேண்டிய பேரோளியை இன்னும் பெற்றிருக்கவில்லை. பின்வரும் காலங்களில் படிபடியாக நிகழும் மாற்றங்களாலும் உருமாற்றங்களாலும் அவற்றை புரிந்து உணர்வது முழு மனித குலத்திற்கும் விதிக்கப்பட்டிருக்கும். அந்த பேருண்மையை வெளிப்படுத்திய ஆசான்கள், அவ்வுண்மையைத் தங்கள் வாழ்வின் எண்ணங்களாலும் செயல்களாலும் எழுதினார்கள், அதைக் கொண்டு மட்டுமே அவ்வுண்மையை எழுதவும் முடியும். அரும் பெரும் எண்ணங்களையும் செயல்களையும் வாழ்ந்து காட்டி மனிதகுலத்தின் மனதில் நிரந்தரமாக ஆழப் பதியவைத்து அவற்றை நன்னெறியாக உருவமைத்தது அவர்களின் வாழ்வு. இந்த பேராசான்களின் இனிய வாழ்வும் உள்ளார்ந்த வார்த்தைகளுமே பசியோடும் தாகத்தோடும் இருக்கும் மனித இனத்தின் தவிப்பைத் தணிக்கக் கூடியவை என ஏக்கத்தோடு இந்த உலகம் அவற்றின் பக்கம் மீண்டும் திரும்புகிறது.

உலகமெங்கும் வாழ்வின் ஒளியான சுடர் ஏற்றப்படுகிறது. இறவாத அன்பின் பாடல்களிலும் நிம்மதியின் பாடல்களிலும் இதயங்கள் மூழ்கி திளைக்க விரும்புகின்றன. பொய்மையான சமயங்கள் சாதிக்க முடியாததை உண்மையான சமயம் சாதித்துக் காட்டும். மதப்பூசாரிகள் மறைத்ததை மனிதனது இதயத்தில் குடி கொண்டிருக்கும் உண்மையின் உள்ளுணர்வு வெளிப்படுத்தும். பாரம்பரிய வரலாற்று திரட்டு என்ற பார்வையை விட்டு உலகம் இப்போது உண்மையின் ஊற்றுக்கே மீண்டும் சென்று ஆன்மீக ஆறுதலையும் புத்துணர்வையும் தேடுகிறது. என்றும் வற்றாத அந்த உண்மையின் ஊற்று என்பது அவர்களது இதயத்தில் வெளிப்படும் பழிசொல்ல முடியா பேராசான்களின் எளிமையான, தெளிவான பேரழகான வாழ்வு தான்.

ஆண்களும் பெண்களும் (குறிப்பாக கிறிஸ்த்துவ நாடுகளில் உள்ளவர்கள்) இந்த நிலையான உண்மையை விரைவாக கண்டறிவதற்கு உதவும் வகையில் இயேசுவின் வாழ்வையும் போதனைகளையும் விவரிக்கும் வகையில் இந்தக் கட்டுரைகள் எழுதப்பட்டுள்ளன. பழிசுமத்தாத வாழ்வையும் தூய்மையான இதயத்தையும் நோக்கி மனித மனங்கள் செல்லும் பாதையில் சடங்கு சம்பிரதாயங்களும் சுயமும் தூக்கிச் செல்வதற்கு

மிகப் பெரிய பாரங்களாக இருக்கின்றன. இக்கட்டுரைகளைப் படிக்கும் போது, அறியாமையால் விளைந்த பாரமான சடங்குகளைக் கைவிட்டு எளிமையான உண்மையின் மெய்யறிவை நோக்கி செல்வது மகிழ்ச்சி அளிக்கும் என்று உணர்வார்கள்.

ஜேம்ஸ் ஆலன்

1. நுழைவாயிலும் பாதையும்

வாழ்வை நோக்கி செல்லும் பாதை குறுகலானது, அதன் நுழைவாயில் நேரானது. வெகு சிலரே அதைக் காண்கின்றனர்.

இயேசு

ஒரு நல் மனிதன் தன் இதயத்தின் நற்களஞ்சியத்திலிருந்து நன்மையை வெளிக் கொண்டு வருவான்.

இயேசு

அனைத்து மதங்களின் முக்கியக் குறிக்கோள் வாழ்வை எப்படி வாழ வேண்டும் என்று கற்றுத் தருவது தான். அவ்வாறு கற்பதும் வாழ்வதுமே மதமாகும். பரிசுத்தமான மனித இதயம், பழிசுமத்தாத வாழ்வை கட்டமைப்பது, ஆன்மாவை

ஒழுங்குப்படுத்துவது ஆகிய இவை தான் உலகமெங்கும் உள்ள மதங்களிலும் மதப்பிரிவுகளிலும் அடித்தளமாகவும் நீடித்த நிலையான கூறாகவும் உள்ளது. எந்த ஒரு மதத்தின் உயிர்துடிப்பான அம்சம் என்பது நன்மையை அடைவதற்கான, நன்மையைக் கடைபிடிப்பதற்கான தீவிர முயற்சியே ஆகும். மற்றவைகள் எல்லாம் பிறசேர்க்கைகள், மேலோட்டமாக ஒட்டாது இருப்பவைகளும் மாயைகளுமே ஆகும். நன்மை- நன்மை என்று இங்கு குறிப்பிடப்படுவது பாவங்களற்ற தன்மையை குறிப்பது ஆகும். அது தான் ஒரு மதத்தின் அழகான அழிக்கமுடியாத வடிவமாகும், ஆனால் மதப்பிரிவுகளும் பொய்மதங்களும் அழியக்கூடிய ஆடைகளாகும். கருத்துக்கள் என்னும் நூலைக் கொண்டு நெய்யப்பட்ட இந்த ஆடையையே மனிதர்கள் அணிவித்து மதமாக கருதுகிறார்கள். பொய் மதங்கள் ஒன்றன் பின் ஒன்றாக வந்து செல்கின்றன, ஆனால், வாழ்வாகவே இருக்கும் உண்மை மதம் என்றும் நிலைத்திருக்கும். மனிதர்கள் ஆடையை குறித்த கருத்து பேதத்தில் ஈடுபடுவதை நிறுத்திக் கொள்ளட்டும். அதற்கு பின் உள்ள உண்மை வடிவின் அழகில் அதன் உலகம் தழுவிய தன்மையை உணர முயற்சிக்கட்டும். இவ்வாறு செய்யும் போது நன்மையோடு இணைந்து அந்த நன்மை அவர்களுள் ஒன்று

கலந்து விடும். உண்மை மதம் நன்மையானது. நன்மை தான் உண்மை மதம்.

நன்மையை விட அதிக உயர்வானதை நாம் அறிந்திருக்கவில்லை. நன்மையை விட கூடுதல் அழகானதை நாம் உணர முடியாது. அந்த குறையேதும் இல்லாத அந்த நன்மையை மனிதர்கள் கடவுள் என கூறுகிறார்கள். அந்த நன்மையைக் கடைப்பிடிக்கும் மனிதனை மக்கள் கடவுளாக வணங்குகிறார்கள்.

நாம் இயேசுவை எந்தப் பாவமும் அற்ற ஒரு மனிதராகக் கொள்கிறோம். குறையில்லாத நன்மை அவரில் வெளிப்படுகிறது. மறைமுகமாகவோ அல்லது எளிதில் புரிந்து கொள்ள முடியாத நுட்பமாகவோ அல்ல, ஆனால், அவரது எல்லா வார்த்தைகளிலும் செயல்களிலும் வெளிப்படையாக அரங்கேறுகிறது. அவரது பாவங்களற்ற தன்மையின் காரணமாகவே உலக முழுமைக்கும் பொதுவான ஒரு ஆசானாக, ஒரு உதாரணமாக ஏற்கப்படுகிறார்.

மனித குலத்துக்கான ஆசான்கள் மிக குறைவே. ஒரு ஆசானின் வருகையும் இல்லாமல் ஆயிரம்

ஆண்டுகளும் கடந்து போகலாம். ஆனால், ஓர் உண்மையான ஆசான் தோன்றும் போது, அவரை அடையாளப்படுத்தும் தனித்துவமான அம்சம் எது என்றால் அவரது வாழ்வு தான். அவரது ஒழுக்க பண்புகள் மற்ற மனிதர்களிடமிருந்து வேறுப்பட்டு இருக்கும். அவரது போதனைகள் எந்த புத்தகத்திலிருந்தோ அல்லது மற்ற மனிதர்களிடமிருந்தோ பெறப்பட்டதாக அல்லாமல் அவரது வாழ்விலிருந்தே கடைந்து எடுக்கப்பட்டதாக இருக்கும். உண்மையான ஆசான் முதலில் வாழ்ந்து காட்டிய பின்பே மற்றவர்களும் அவ்வாறு வாழ கற்பிக்கிறார். அவரது போதனைகளின் ஆதாரம் அவரிலேயே இருக்கிறது, அவரது வாழ்வு தான் அது. நன்னெறிகளைப் போதனை செய்யும் இலட்சக்கணக்கானவர்களின் இடையே மனிதக்குலம் ஒருவரை தான் உண்மையான ஆசனாக ஏற்கிறது. அவ்வாறு ஏற்கப்பட்டு மேல் நிலையில் வைக்கப்படும் அவர் யார் என்று பார்த்தால் அந்த போதனைகளை வாழ்ந்து காட்டியவராகத் தான் இருப்பார். மற்றவைகள் எல்லாம் வெறும் ஆய்வுகளும் கருத்துரைகளுமே ஆகும். மனிதர்களின் கால ஓட்டத்திலிருந்து அவை விரைவில் மறைந்து விடும்.

இயேசு, மிக கடினமான சூழல்களுக்கிடையே தெய்விக அன்பை எந்த பாவங்களுமின்றி தன்

வாழ்வில் வாழ்ந்து காட்டினார். தன்னை முன்னிறுத்திக் கொள்ளும் பொய்யான தேடல் இன்றி நல்லெண்ண வெளிப்பாட்டிற்கான உண்மை வாழ்வை வாழ்ந்தார். அவரில் சுயநலத்தின் எந்த கூறும் இல்லை. அவரது எல்லா எண்ணங்கள், வார்த்தைகள், செயல்கள் அனைத்தும் அன்பின் உணர்வால் உந்தப்பட்டன. இந்த அன்பின் உள்ளுணர்விற்கு அவர் முற்றிலுமாக தன்னை ஒப்படைத்தார், அதோடு அவர் ஒன்றற கலந்தார். அந்தத் தெய்வீக அன்பின் வெளிப்பாடாகவே அவர் விளங்கினார். தன் உள்ளத்தில் உறையும் அன்பின் தெய்வீக விதிகளுக்கு அவர் கீழ்பணிந்ததே தன் சுயத்தின் மீதான முழுமையான வெற்றியை அடைவதற்கான காரணம். அதன் காரணமாகவே அவருக்கு தெய்வீகச் சிறப்பு. அவரது முழு போதனையுமே; அன்பின் விதிகளுக்கு கட்டுப்பட்டு ஒழுகுபவர்கள் யாவரும் அதே தெய்வீக வாழ்வை வாழ்வார்கள், தெய்வீக பேரருளை உணர்ந்து அவ்வருளாகவே மாறுவார்கள் என்பது தான்.

இயேசுவின் குணங்களான மாறாத சாந்தம், இறவாத இரக்கம், இனிதான மன்னிப்பு, முடிவில்லாத அன்பும் பொறுமை ஆகியன ஆயிரமாயிம் துதிப்பாடல்களுக்கு கருப்பொருளாக, கோடி கோடி இதய பிரார்த்தனைகளின் அடித்தளமாக இருந்திருக்கின்றன. இதற்குக்

காரணம் இந்தக் குணங்கள் அனைத்து மனிதர்களாலும் எல்லா இடங்களிலும் தனித்துவமான தெய்வீக குணங்களாக ஏற்கப்படுகின்றன. இந்தக் குணங்களைக் கடைப்பிடித்து நடைமுறைப்படுத்துவது தான் மதத்தின் தலையாய நோக்கமாகும். இந்தத் தெய்வீக குணங்களை மறுத்து அவற்றின் எதிர்நிலைகளான -ஆணவம், கண்டனம், கொடூரம், வெறுப்பு மற்றும் கோபம் ஆகியவற்றில் வாழ்வதே மதத்தின் எதிர்நிலையாகும்.

மனிதர்கள் எங்கிருந்தாலும், அவர்கள் வாக்குவாதத்திற்காக மறுத்தாலும் நன்மை என்பது தெய்வீகமானது என்பதை தங்கள் உள்ளத்தின் அடிஆழத்தில் உணர்வார்கள். மனிதர்கள் இயேசுவை கடவுளாக வணங்குகிறார்கள், அவர் தம்மை அவ்வாறு பிரகடணப்படுத்தி கொண்டதால் அல்ல, அவர் வாழ்வோடு தொடர்புடைய சூழல்களின் இடையே அவர் புரிந்த அற்புதங்களால் அல்ல, ஆனால், நிறைவான நன்மை மற்றும் களங்கமில்லாத அன்பு ஆகியவற்றிலிருந்து அவர் என்றும் விலகாமல் இருந்ததே காரணம். "இறைவனே அன்பு," அன்பே இறைவன். களங்கமில்லாத எண்ணங்களாக, பழிசுமத்தாதச் சொற்களாக, இரக்கமும் மன்னிப்பும் மிகுந்தச் செயல்களாக மனித இதயத்திலும் வாழ்விலும்

வெளிப்படும் அன்பைத் தவிர வேறு இறைவனை மனிதனுக்குத் தெரியாது. இந்த அன்பிற்குக் கீழ் பணிந்து தன் உள்ளத்தில் எந்த அளவிற்கு இந்த அன்பை உணர்கிறானோ அந்த அளவிற்குத் தான் இந்த இறைவனையும் அவனால் உணர முடியும். மக்கள் தாங்கள் ஏற்ற தத்துவங்களின் அடிப்படையில் நிகழ்த்தும் வாக்குவாதப் போர்களின் கருப்பொருளாக உள்ள கடவுள் என்பது வாக்குவாதத்திற்கும் யூகத்திற்குமான கடவுளின் இருப்பை நிரூபிக்க போரிடுவதாகும். தன்னை வென்றவன், தன்னுள் உறைகின்ற பேரன்பைக் காண்கிறான், அந்த அன்பு எல்லா சுயநல வாக்குவாதங்களினால் தொட முடியாத தூரத்தில் இருப்பதை அறிகிறான். அதை வாழ்வதால் மட்டுமே உணர முடியும். உயர்நிலையை அடைய விரும்பாதவர்கள் ஈடுபடும் வாக்குவாதத்தில் அவன் குறுக்கிடுவதில்லை.

அன்பிற்கு கீழ்பணிந்ததால் தெய்வீக வாழ்வின் தன்மைகளை முழுதும் உணர்ந்த இயேசு உலகிற்கு சில ஆன்மீக நன்னெறி விதிகளைத் தந்தார், அதைக் கடைபிடிக்கும் அனைவரும் கடவுளின் பிள்ளைகளாக முடியும், நிறைவான வாழ்வை வாழ முடியும். இந்த விதிகள் அல்லது நன்னெறிகள் மிக எளிமையானவை, நேரடியாக விளங்கக் கூடியவை,

அவற்றைத் தவறாக புரிந்துக் கொள்வதற்கான சாத்தியத்தை வழங்காதவை. எந்த அளவிற்கு தெளிவானதாகவும் குழப்பமற்றதாகவும் இருக்கிறதென்றால் எழுத்தறிவு பெறாத குழந்தையாலும் அதன் அர்த்தத்தை எந்த வித க(ஷ்)ட்டமும் இன்றி புரிந்து கொள்ள முடியும். அவை எல்லாமே மனித வாழ்வின் நடத்தைகளுடன் நேரடியாக தொடர்புக் கொண்டவை. அவற்றை ஒவ்வொரு தனிமனிதனாலும் அவனது வாழ்வின் வழியாக மட்டுமே நடைமுறைப்படுத்த முடியும். இந்த நன்னெறிகளின் உட்கருவை ஒருவன் தன் தினசரி வாழ்வின் நடப்புகளில் சுமந்து செல்வதே வாழ்வின் முழு கடமையாகின்றது. அந்த தனிமனிதனுக்கு அவனுள் குடியிருக்கும் தெய்வீகத்தன்மையின் ஊற்றையும் இயல்பையும், இறைவனுடன், எல்லாம் வல்ல நன்மையுடன், ஒன்றறகலந்தவன் என உணரும்படி அவனை மேலுயர்த்துகிறது. என்றாலும், புரிதலில் உள்ள சிக்கல் இங்கே தான் ஆரம்பமாகின்றது. இயேசுவை, தங்கள் வாழ்வில் அற்புதம் நிகழ்த்தக்கூடிய அல்லது மனதளவில் தொடர்பில் இருப்பவராக, ஒரு கடவுளாகவே பல இலட்சக்கணக்கான ஆண்களும் பெண்களும் கருதினாலும் அவரது கட்டளைகளை நம்பி தங்கள் வாழ்வில் நடைமுறைப்படுத்த விரும்புபவர்கள் உண்மையில் வெகு சிலராகவே இருக்கிறார்கள். அவரது நன்னெறி போதனைகளைப் புரிந்துக்

கொள்வதில் உண்மையில் எந்தக் குழப்பமோ அல்லது சிக்கலோ இல்லை. அவை எல்லாமே அந்த நீதிமொழி வாசகங்களை படிப்பவர்களது மனதில் உள்ள அவநம்பிக்கையில் தான் ஒளிந்து இருக்கின்றன. மனிதர்கள், அவரது கட்டளைகளைக் கடைப்பிடிக்காமல் இருப்பதற்குக் காரணம், அதைக் கடைப்பிடிப்பது சாத்தியமான ஒன்று என்று அவர்கள் நம்பவில்லை, எனவே, அவர்கள் அதை முயற்சிப்பதும் இல்லை. வேறு சிலர் அவற்றைக் கடைப்பிடித்து நடைமுறைப்படுத்த முடியும் என நம்புகிறார்கள், ஆனால், அந்தக் கட்டளைகள் கோருகின்ற தன்னல தியாகங்களை அவர்கள் புரிவதற்குத் தயாராக இல்லை. என்றாலும், இயேசுவின் போதனைகளை உள்ளார்ந்த ஆர்வத்தோடு வாழ முற்படுவதைக் கடந்து எந்த உண்மையான வாழ்வும் இல்லை. இயேசுவை, "ஆண்டவரே" என்று சொல்வதால் அவரைக் கடைப்பிடிப்பவர்கள் என்று ஆகிவிட முடியாது. ஆனால், அவரது வார்த்தைகளை நூலாகக் கொண்டு தங்கள் வாழ்வு என்னும் ஆடையை நெய்வது, அவரது தெய்வீகமான, தன்னை சீர்படுத்தும் நன்னெறிகளை நடைமுறைபடுத்துவது, இதுவே, இது ஒன்றே அவரைக் கடைப்பிடிப்பதற்குச் சான்றாகும்.

எனவே, இந்த நூலின் தொடக்க கட்டத்திலேயே, இது புரிந்து கொள்ளபடட்டும். ஹீப்ரூ வேத நூல்களின் அடிப்படையில் உருவாக்கப்பட்ட எண்ணில் அடங்காத மதப்பிரிவுகளுக்கு நான் எந்த முக்கியத்துவமும் அளிக்கவில்லை. இயேசுவின் வாழ்வையும் போதனைகளையும் மனித இதயத்தில் உறையும் உண்மை குணங்களை நோக்கிச் சொல்லப்படும் அந்தப் போதனைகளை ஆராய்வது மட்டுமே இந்த நூலிற்கான எனது பணி. இந்த ஆய்வு நன்மையை குறித்து மட்டுமே. ஊகத்திற்கு உட்பட்டவைகளைக் குறித்து அல்ல. அன்பைக் குறித்து மட்டுமே, தத்துவ கோட்பாடுகளைக் குறித்து அல்ல. தன்னை ஒழுங்குப்படுத்திக் கொள்வது குறித்த ஆய்வு தானே தவிர மாறும் இயல்புகளைக் கொண்ட கருத்துக்களைப் பற்றி அல்ல.

இயேசு ஒரு மிக உயர் குணம் கொண்ட நல்ல மனிதர், இதை அனைத்து மனிதர்களும் அறிவார்கள், இதை அறிந்து கொள்வது அனைத்தையும் தழுவுவதால் இது போதுமானதுமாகும். அவர் கட்டளைகளை விட்டு சென்று இருக்கிறார், ஒருவன் அவற்றின் வழிகாட்டுதல்களால் தன் நடத்தைகளை ஒழுங்குப்படுத்திக் கொண்டால், அது, அவனை உயர்ந்த நன்மையை நோக்கி அழைத்துச் செல்லும்.

இதை அறிந்துக் கொள்வது ஒரு பெருமகிழ்ச்சியான பேருவகை அளிக்கும் செய்தியாகும்.

ஒரு நல் மனிதன் மனிதக்குலம் மலர்ந்ததற்குச் சான்றாக இருக்கிறான். ஒவ்வொரு நாளும் சுயநல உந்துதல்களைத் துறந்து மேலேழுந்து தூய்மையானவனாக, சிறந்த குண இயல்பு கொண்டவனாக, தெய்வீகமானவனாக மாறுவது என்பது மெய்ஞான இதயத்தின் பால் தொடர்ந்து ஈர்க்கப்படுவதாகும். "யார் ஒருவன் என் சீடனாக விரும்புகிறானோ அவன் தினமும் தன் அகம்பாவத்தை மறுக்கட்டும்" என்ற இந்த அறிவிப்பை, ஒருவன் எவ்வளவு தான் புறக்கணிக்க எண்ணினாலும், அதை எவரும் தவறாக புரிந்து கொள்ளவோ அல்லது தவறாக நடைமுறைபடுத்தவோ முடியாது. நன்மைக்கு இணையான மாற்று இந்தப் பிரபஞ்சத்தில் எங்குமே இல்லை. அந்த நன்மையை ஒருவன் பெற்றிருக்கும் வரை, எந்த தகுதியான ஒன்றையோ நீடித்திருக்கும் ஒன்றையோ பெற்றிருப்பதாகக் கூற முடியாது. நன்மையை அடைவதற்கு ஒரே ஒரு வழி தான் இருக்கின்றது. நன்மையை எதிர்க்கும் அனைத்தையும் ஒவ்வொன்றையும் கைவிடுவதே அந்த வழி. ஒவ்வொரு சுயநல ஆசையும் துடைத்து எறியப்பட வேண்டும். ஒவ்வொரு களங்கமான எண்ணமும் கைவிடப்பட வேண்டும். ஒவ்வொரு

கருத்தும் இறுகப்பற்றிக் கொள்வது துறக்கப்பட வேண்டும். இவற்றைச் செய்வது கிறிஸ்துவை பின்பற்றுவதற்குக் பொருளாகும். அனைத்து மதப்பிரிவுகள், நம்பிக்கைகள் மற்றும் கருத்துக்களையும் விட மேலெழுந்து இருப்பது அன்பான தன்னல துறவு கொண்ட இதயமே. இயேசுவின் வாழ்வு என்பது உண்மையின் வெளிப்பாடு, அவரது முழு போதனைகளும் இந்த புனித உயர்நிலையை உட்கொள்வதற்கான முயற்சி தான்.

எப்போதும் அன்பாக இருப்பது, எல்லோரிடமும் அன்பாக இருப்பது என்பது உண்மையான வாழ்வை வாழ்வதாகும், வாழ்வை வசப்படுத்துவதாகும். இயேசு அப்படியே வாழ்ந்தார், அனைத்து மனிதர்களும் அவ்வாறு வாழ முடியும், அவரது கட்டளைகளைத் தாழ்மையோடும் நம்பிக்கையோடும் செயல்படுத்த முனைந்தால். இதை அவர்கள் செயல்படுத்த மறுக்கும் வரை, அவர்களது ஆசைகள், வெறியுணர்வுகள் மற்றும் கருத்துக்களை இறுகப்பற்றிக் கொண்டிருக்கும் வரை இயேசுவின் சீடர்களாக அவர்களைக் கருத முடியாது. அவர்கள் சுய அபிமானத்தின் சீடர்கள். "உறுதியாக, நான் உங்களுக்குச் சொல்கிறேன்: யார் பாவத்தை புரிகிறார்களோ, அவர்கள் பாவத்தின்

அடிமைகளாவர்'' என்பது ஆழ்ந்த தேடலுக்கு பின்னான இயேசுவின் வெளிப்பாடு. தங்களின் தவறான மனோபாவங்கள், இச்சைகள், கடுமையான சொற்கள் மற்றும் அறுதியிடல்களை, தங்களின் சொந்த வெறுப்புக்கள், அற்பமான சண்டைகள் மற்றும் மிக பற்றுக் கொண்டுள்ள கருத்துக்கள் என அனைத்தையும் வைத்துக் கொண்டு அதே நேரம் கிறிஸ்துவையும் வைத்துக்கொள்ள முடியும் என்னும் மாயையிலிருந்து மக்கள் விடுபடட்டும். மனிதனை மனிதனிடமிருந்து பிரிக்கும் அனைத்தும், மனிதனை நன்மையிலிருந்து பிரிக்கும் அனைத்தும் கிறிஸ்து அல்ல, காரணம், கிறிஸ்து என்பது அன்பாகும்.

பாவத்தில் தொடர்ந்து உழல்வது, என்பது சுயத்தை முன்னிறுத்துவதாகும். நன்மையின் கடைப்பிடிப்பாளராகவும் இயேசுவை பின்பற்றுபவராகவும் ஆகாது. பாவமும் கிறிஸ்துவும் ஒன்றாக இருக்க முடியாது. களங்கமற்ற தூய்மை என்ற இயேசுவின் வாழ்வை ஏற்பவன், பாவத்திலிருந்து விடுபடுகிறான். இயேசுவை பின்பற்றுவதன் பொருள், நமது மனம் மற்றும் வாழ்வியல் ஒழுக்கங்களில் அன்பின் உணர்வுகளுக்கு எதிரான அனைத்தையும் கைவிடுவாதாகும். இதற்கு அகம்பாவம் முழுமையாக சரணடைய வேண்டும். களங்கமான,

இரக்கமற்ற, கனிவில்லாத எந்த எண்ணமும் நிலைபெற்று நிலவக் கூடாது என்று நாம் தொடர்ந்து மேற்செல்ல உணர்ந்து கொள்வோம். இயேசு உணர்ந்த அன்பு என்பது பாவத்திற்கு மட்டுமல்ல, அனைத்து பிரிவு மற்றும் இறுக பற்றுதல்களுக்கும் முற்றுப்புள்ளி வைக்கும். நான் ஒரு கருத்தை இறுக பற்றிக் கொண்டிருக்கிறேன் என்றால், உதாரணத்திற்கு, இயேசுவின் தெய்வீகம் குறித்து, அதாவது இயேசுவின் தெய்வீகத்தை ஏற்காதவனுக்கு எதிராக, நான் அப்போதே பிரிவையும் மோதலையும் உருவாக்குகிறேன், இயேசு உணர்த்திய அன்பிலிருந்து விலகுகிறேன். கிறிஸ்துவின் இருப்பை வாதத்தால் காக்க முற்படும் போது கிறிஸ்து உணர்வு இருப்பதில்லை.

ஒரு கருத்தை இறுகப்பற்றிக் கொள்வது, களங்கமான ஆசையை இறுகப்பற்றிக் கொள்வதை போலவே சுயநலமானதும் பாவமானதுமே ஆகும். இதை அறிந்த நல் மனிதன் தன்னை முழுமையாக அன்பின் உணர்வுக்கு ஒப்படைக்கிறான். அனைவரின் மீது அன்போடு இருக்கிறான், குறிப்பிட்ட சிலரோடு தன் அன்பின் எல்லையை அவன் சுருக்கிக் கொள்வது இல்லை, யாரையும் வெறுப்பது இல்லை, யாரையும் கண்டனம் செய்வது இல்லை. அவர்களது கருத்துக்களை, மத நம்பிக்கைகளை, பாவங்களைக் கடந்து அவர்களின்

போராட்டங்களை, துன்பங்களை, இதயத்தின் துக்கங்களைக் காண்கிறான். "எவன் தன் வாழ்வை மிக விரும்புகிறானோ, அவன் அதை இழக்கின்றான்." நிலைத்த பெருவாழ்வு யாருக்கு உரியது என்றால் எவன் தன் அற்பமான, குறுகிய, பாவத்தை விரும்பும், துன்பத்தை பெருக்கும் "தான்" என்ற அகம்பாவத்தை ஒழிக்கின்றானோ அவனுக்குத் தான். அவன் அவ்வாறு செய்வதால் பரந்த பேரழகான பெருமகிழ்வான அன்பான வாழ்வின் எல்லைக்குள் நுழைகிறான். இங்கு தான் வாழ்விற்கான பாதை இருக்கிறது. நன்மைக்கான வாயிற்கதவு நேரானது. தன்னை துறப்பது அல்லது சுய நல தியாகம் என்னும் பாதையே வாயிற்கதவை நோக்கிச் செல்கின்ற குறுகிய பாதை ஆகும். எந்த பாவமும் கடந்து செல்ல முடியாத அளவிற்கு வாயிற்கதவு நேரானது. எந்த சுய நல எண்ணத்தையும் உடன் அழைத்து செல்ல முடியாத அளவிற்கு அந்தப் பாதை குறுகலானது.

சே.அருணாசலம்

2. நீதியும் இறைதூதர்களின் தீர்க்கதரிசனமும்

எனவே, மற்றவர் உங்களுக்கு என்ன செய்ய வேண்டும் என்று நினைக்கிறீர்களோ, அதையே நீங்கள் மற்றவர்களுக்கும் செய்யுங்கள். இது தான் நீதியும் தீர்க்கதரிசனமும்.

இயேசு

நீங்கள் உண்மை வாழ்விற்குள் பிரவேசிக்க வேண்டும் என்றால்; கட்டளைகளைக் கடைப்பிடியுங்கள்

இயேசு

இயேசுவின் கட்டளைகளும் நீதிமொழிகளும் மனிதர்கள் கடைப்பிடிப்பதற்கு என வழங்கப்பட்டுள்ளது. இதைக் குறிப்பிட வேண்டிய எந்த தேவையும் இல்லாத அளவிற்கு இது மிக

எளிய வெளிப்படையான உண்மை. இயேசுவின் நீதிமொழிகள் இந்த உலகில் பத்தொன்பது நூற்றாண்டுகள் கடந்த பின், அதற்கான தேவை இன்னும் இருக்கிறது என்பது மட்டும் அல்ல, அதற்கான தேவை இன்னும் அதிகரிக்கின்றது. கட்டளைகளில் வலியுறுத்தப்படும் செயல்பாடுகள் பற்றிய ஒரு பரவலான நம்பிக்கை, அச்செயல்பாடுகள் நடைமுறைக்கு ஒத்துவராது. அவை மனிதர்களின் சக்திக்கு அப்பாற்பட்ட சாத்தியமாக இருக்கிறது. அவரது கட்டளைகளை நிறைவேற்றுவது சாத்தியமா என்கிற அவநம்பிக்கை தான் முதன்மையான மாயையாகும். மனிதர்கள் இந்த அறியாமை வலைக்குள் விழுகிறார்கள். இந்த அறியாமை வலையை அறுத்து எறியாமல் எந்த மனிதனாலும் அதன் ஆன்மீக உட்கருத்தைப் புரிந்துக் கொள்ள முடியாது.

தெய்வீக நீதியை பற்றிய ஒரு தெளிந்த அறிவின் வெளிப்பாடே இயேசுவின் வார்த்தைகள். அவர் உதிர்த்த வார்த்தைகள் ஒவ்வொன்றும் ஓர் ஒன்றிசைந்த அணுக்கமான உறவை நிலையான மெய்யறிவோடு கொண்டிருக்கின்றன. இயேசுவின் கட்டளைகளை ஒருவன் தன் வாழ்வில் நடைமுறைப்படுத்த வெற்றிகரமாக முனைந்து, அந்தக் கட்டளைகளின் ஆன்மீக உயிராற்றலை

அவன் வாழ்வில் கொள்ளும் போது அவன் இதை உணர்கிறான்.

இந்தக் கட்டளைகள் எதைச் சுட்டிக்காட்டுகின்றன, அவற்றில் என்னவெல்லாம் உள்ளடங்கியிருக்கின்றன என்பதை நாம் இப்போது ஆராய்ந்து அதை எப்படி கடைப்பிடிப்பது என்று பார்ப்போம். அந்தக் கட்டளைகளின் பெரும்பான்மை மலைப்பிரசங்கத்தின் ஓர் அங்கமாக இருக்கின்றன. ஒரு தனிநபரின் ஒழுக்கவியலோடு நேரடியாக சம்பந்தப்பட்டிருக்கின்றன. எனவே, அவற்றை அணுகுவதற்கு இரண்டு விதமான சாத்திய கூறுகள் மட்டுமே இருக்கின்றன. ஒன்று, அதைக் கடைப்பிடிப்பது. மற்றொன்று, அதைப் புறக்கணிப்பது.

நான் இங்கு ஒவ்வொன்றையும் தனித் தனியாக குறிப்பிட வேண்டும் என்ற அவசியமில்லை. காரணம், இதன் வாசகர்கள், பைபிள் வாசிப்பில் ஆழ்ந்து திளைத்திருப்பார்கள். ஆனால், ஒரே தெய்வீக கோட்பாட்டின் அடிப்படையிலேயே ஒவ்வொரு கட்டளையும் நிலைகொண்டிருக்கின்றன. எனவே, ஒரே ஒரு கட்டளையின் உட்கருத்தை உணர்வது அனைத்து கட்டளைகளின் உட்கருத்தை

உணர்வதற்கு ஒப்பானதாகும். உண்மையில், அனைத்து கட்டளைகள் மட்டுமல்ல, தெய்வீக தொடர்பிலான மனித வாழ்வின் முழு கடமையுமே பின்வரும் வார்த்தைகளின் உள்ளடங்கியிருக்கின்றன; "மனிதர்கள் உனக்கு செய்ய வேண்டும் என்று நீ விருப்பம் கொண்டிருப்பவைகளை, நீ மனிதர்களுக்குச் செய்." இந்த ஒரு கட்டளையை மேற்கொள்வதற்கான உந்துசக்தியை வழங்கவே மற்ற கட்டளைகளை விளக்கிச் சொல்வதற்கான தேவை ஏற்பட்டிருக்கிறது. காரணம், இந்த ஒரே ஒரு கட்டளையை கற்க முயற்சிப்பதில் ஆன்மீக வாழ்வின் அனைத்து கூறுகளும் மெய்யறிவும் அடங்கியிருக்கின்றன. "இது தான் நீதியும் தீர்க்கதரிசனமும்."நீதியும் இறைதூதர்களின் தீர்க்கதரிசனமும்.

கட்டளை வெகு வெளிப்படையாக இருக்கின்றது. அதனால் தான் மனிதர்கள் அதைப் புரிந்து கொள்வதிலும் நடைமுறைபடுத்துவதிலும் தோல்வியுறுகிறார்கள். ஆனாலும், அதன் செயல்பாட்டளவில், தனி நபர்களின் உள்ளங்களில் எந்த வகையான சுயநலங்கள் மற்றும் சமரசங்களுக்கும் அது இடம் தருவது இல்லை, எனவே, அக்கட்டளைகளை முழுமையாக நிறைவேற்றும் போது கிறிஸ்துவை போன்ற

நிறைவான குணத்தைக் கொள்ள முடியும். ஆனால், மனிதன், அதை செயல்படுத்துவதற்கு முன் அதைப் புரிந்து கொள்ள முயற்சிக்க வேண்டும். இந்த முதல்கட்ட செயல்பாட்டிற்கே தன் அகம்பாவத்தை தொலைத்து அவன் சரணடைவது இன்றியமையாதது ஆகிறது. அந்த ஈகத்தை மிகச் சிலரே செய்யத் துணிகிறார்கள். தான் பயிற்சி நிலையில் உள்ளவன் என்பதை மனிதன் உணரும் வரை அவன் எதையுமே கற்றுக் கொள்வது இல்லை. தன் உள்ளத்தின் தெய்வீக உணர்வின் வழிக்காட்டலை அறியும் முன், ஒருவன் தனது ஆசைகள், அபிப்பிராயங்கள் மற்றும் கருத்துக்கள், அவனது மிக விருப்பமான இலட்சியம் என அனைத்தையும் ஒதுக்கித் தன்னை ஒன்றும் அறியாத சிறு குழந்தையாகப் பாவித்துக் கிறிஸ்துவிடம் கீழ்படிந்து மெய்யறிவை நாட வேண்டும். இந்த பணிவு மனப்பான்மையைத் தழுவும் முன்பாக, ஒருவன் மெய்யறிவைப் பெறுவது நடவாத காரியமாக இருக்கும். ஆனால், இதை ஒருவன் பெற்றுவிட்டால் அவன் மிக விரைவில் உயர்வெளிப்பாடுகள் தோன்றும் தளத்தில் உள்நுழைவான், கட்டளைகளை மேற்கொள்வது அவனுக்குச் சுலபமானதாகவும் இயல்பானதாகவும் மாறும்.

பணிவு என்னும் ஆடையைத் தரித்துக் கொண்ட பின், ஒருவன் தன்னையே கேட்டு கொள்ளும் முதல் கேள்விகள்: "நான் மற்றவர்களிடம் எப்படி நடந்து கொள்கிறேன்?" "நான் மற்றவர்களுக்கு என்ன செய்கிறேன்?" "மற்றவர்களைப் பற்றி நான் என்ன நினைக்கிறேன்?" "மற்றவர்களிடத்தே செல்லும் எனது எண்ணங்களும் செயல்களும் சுயநலம் கலவாத அன்பால் உந்தப்பட்டிருக்கிறதா, அவர்கள் என்னிடம் எப்படி நடந்து கொள்ள வேண்டும் என நான் நினைக்கிறேனோ அப்படி நான் அவர்களிடம் நடந்து கொள்கிறேனா அல்லது அவர்கள் எனது சொந்த விருப்பு வெறுப்பின், அற்ப பழிவாங்கலின் அல்லது குறுகிய எண்ண மனப்பான்மை மற்றும் கண்ணோட்டத்தின் வெளிப்பாடாக இருக்கிறார்களா? ஒருவன், தேடலுக்கு வித்திடும் இந்தக் கேள்விகளை இதயத்தின் புனித அமைதியில் தன்னுள் கேட்கும் போது, இயேசுவின் முதன்மை கட்டளையோடு தன் எண்ணங்கள் மற்றும் செயல்களை ஒன்றிசையும் வண்ணம் செய்யும் போது அவனது புரிதல் ஒரு பெரும் ஒளியூட்டத்தை பெறும், அவன் எங்கே தோல்வி அடைந்தான் என்பதை அவனால் தெளிவாக உணர முடியும். அவனது உள்ளம் மற்றும் ஒழுக்கவியல்களைச் சீர்படுத்திக் கொள்ள என்னவெல்லாம் செய்ய வேண்டும், அதை செய்வதற்கான வழிமுறை எப்படி என்பதையும் தெளிவாகக் காண்பான். இயேசுவின் பாதத்தில்

இவ்வாறு கீழ்படியும் ஒருவன் அவரது சீடனாகிறான். அவரது கட்டளைகளைக் மேற்கொள்ள அவன் தன்னளவில் எந்த தியாகத்தையும் அவன் புரிவான்.

இந்தக் கட்டளையை ஒரு மணி நேரம் தினசரி தியானிப்பது, அதன் அர்த்தத்தை உளப்பூர்வமாக உள்வாங்கி செயல்படுத்த முனைவது ஒருவனை மிக விரைவாக அவனை அவனது பாவ இயல்புகளிலிருந்து மேலெழுப்பி மெய்ஞான ஒளி வீசுகின்ற சுதந்திர தளங்களில் கொண்டு சேர்க்கும். காரணம், அவன் தன் முழுவாழ்வையும் மறுசீரமைத்துக் கொள்ள அவனைக் கட்டாயப்படுத்தும். மற்றவர்கள் மீது அவன் கொண்டிருக்கும் மனப்பான்மையை அவன் முற்றிலுமாக மாற்றிக் கொள்ள வேண்டி வரும். எனவே, ஒரு மனிதன், செயல்படுவதற்கு முன்பாக தனக்குத் தானே கேட்டுக் கொள்ள வேண்டிய கேள்வி, "மற்றவர்கள் இதை எனக்குச் செய்தால், நான் அதை விரும்புவேனா?" அவன் வெகு சீக்கிரம் அவனது ஆன்மீக இருளிலிருந்து வெளிவரும் வழியை அவன் கண்டறிவான், அவன் தனக்காக வாழ்வதற்குப் பதிலாக பிறருக்காக வாழத் தொடங்குவான். அவன் தனது சுயநலமான உந்துதல்களைக் கண்மூடித்தனமாகப் பின்பற்றுவதற்குப் பதில் தன் எண்ணங்களையும்

நடத்தைகளையும் தெய்வீக அன்போடு ஒத்திசைக்கும் வகையில் திருத்தி அமைத்துக் கொள்வான். மற்றவர்கள் அவனோடு எப்படி நடந்து கொண்டாலும் சரி, இவன் அவர்களோடு சாந்தமாக, அமைதியாக, மன்னிக்கும் உள்உணர்வுடன் நடந்து கொள்வான். மற்றவர்கள் அவனது மனப்பான்மையை, அவனது நம்பிக்கைகளை, மதத்தை தாக்கினால், இவன் பதில் தாக்குதல் நடத்த மாட்டான். அதற்குப் பதிலாக அவனது கடமை என்பது தனது ஆசான் தனக்கு வழங்கியுள்ள தெய்வீகக் கட்டளைகளைக் மேற்கொள்வது தான் என்று தாக்குதலிலிருந்து விலகிக் கொள்வான். அந்தக் கட்டளைகளை அவன் மேற்கொள்வது என்பது அவனது எண்ணம் மற்றும் செயல்களை மட்டும் திருத்தி அமைத்துக் கொள்வதாக அமையாது, அவன் உண்பது, பருகுவது மற்றும் உடுப்பது வரை என அவனது வாழ்வின் ஒவ்வொரு அம்சத்தையும் திருத்தி அமைத்துக் கொள்வதாக அமையும்.

இந்தப் புதிய வாழ்வை அவன் தொடரும் போது, இயேசுவின் போதனைகள் ஒரு புதிய ஒளியின் உயிராற்றலோடு அவன் முன் ஒளிரும், ஒவ்வொரு கட்டளையும் அவனுக்காக வழங்கப்பட்டதாகவே அவன் உணர்வான். மற்றவர்கள், அவற்றைக் கடைப்பிடிக்காத காரணத்திற்காக, அவர்களைக்

குற்றம் சொல்வதை விடுத்து, தான் அவற்றைக் கடைப்பிடிக்க வேண்டும் என்று உறுதிக் கொள்வான். "தீர்ப்பு வழங்காதீர்கள்" என்னும் வார்த்தையை அவன் படிக்கும் போது, கடுமையான மற்றும் இரக்கமற்ற தீர்ப்புகளை வழங்குவதை தான் நிறுத்திக் கொள்ள வேண்டும் என அவனுக்குத் தெரியும். தன் மீது அன்பு பாராட்டுபவர்கள், பாராட்டாதவர்கள் என்ற பாகுபாடின்றி அனைவரையும் இரக்கத்தோடு எண்ண வேண்டும் என கருதுகிறான். மற்றவர்கள் அவன் மீது பழி சுமத்தி கண்டித்தால், தான் அவர்களுக்கு அதை செய்யக் கூடாது என எண்ணுகிறான். தனது சொந்த விருப்பு வெறுப்புகளை ஒதுக்கி வைத்து விட்டு பாரபட்சமற்ற தன்மை, மெய்யறிவு மற்றும் அன்பு ஆகியவற்றின் உணர்வோடு இயங்க வேண்டும் என நினைக்கிறான். இந்த ஒரே ஒரு எளிய கட்டளையான "தீர்ப்பு வழங்காதீர்கள்" என்பதைக் கடைப்பிடிக்கும் செயல்பாட்டில் தனது சுயம் எனப்படும் தனது குறுகிய எண்ணங்களையும் சுயநலத்தையும் விட்டு மேலெழ வேண்டியத் தேவை ஏற்படுகிறது. இந்த ஒற்றை கட்டளையைக் கடைபிடிப்பதன் வாயிலாக ஓர் அசாதரண ஆன்மீக ஆற்றலை வளர்த்துக் கொள்கிறான். இந்த ஒழுக்க முறைகளை அவன் கவனத்தோடு கடைப்பிடித்தால் அது அவனை, அடுத்த கட்டளையான, "தீமையை எதிர்த்து போரிடாதீர்கள்" என்பதற்கு அவனை இட்டுச் செல்லும். காரணம், ஒருவன் மற்ற

மனிதர்களைத் தீங்கானவர்கள் என்று தீர்ப்பு அளிக்காதிருந்தால் அவன் தீமையை எதிர்த்து போரிடாமலும் இருப்பான்.

சமீப காலமாகத் தீமையை எதிர்த்து போரிடாமல் இருத்தல் குறித்துப் பல வகையான கட்டுரைகள் எழுதப்படுகின்றன. ஆனால், இதன் ஆன்மீக முக்கியத்துவத்தைப் புரிந்து கொள்ளும் எந்த ஒருவனும் அல்லது எந்த ஒரு கட்டளையின் ஆன்மீக முக்கியத்துவத்தைப் புரிந்து கொள்ளும் எந்த ஒருவனும், அதை வார்த்தைகளால் விளக்க முடிவதால் மட்டுமே திருப்தி பட்டுக்கொள்ளக் கூடாது, ஆனால், அதை நடைமுறைபடுத்த வேண்டும். அவன் அதை நடைமுறைபடுத்துவதால் மட்டுமே அதன் அர்த்தத்தைப் புரிந்து கொள்ள முடியும். இந்தக் கட்டளையைச் செயல்படுத்துவதால் தன்னுள் இருக்கும் தீங்கின் கண்ணை அவனால் அழிக்க முடியும். அதற்குப் பதிலாக நன்மையின் கண்ணைக் கொண்டு, உண்மையின் கண்ணைக் கொண்டு பார்ப்பதற்கு அவன் கற்றுக் கொள்வான். தீமை என்பது எதிர்ப்பை ஏற்பதற்கான தகுதி அற்றது. நன்மை என்பது கடைப்பிடிப்பதற்கு சாலச் சிறந்தது.

ஒரு மனிதன் தீமையை எதிர்ப்பதில் ஈடுபட்டிருக்கும் போது, அவன் நன்மையைக் கடைப்பிடிக்காமல் இருக்கிறான் என்பது மட்டுமல்ல, அவன் எதிரியிடம் இருப்பதாகக் கண்டிக்கும் வெறியுணர்வு மற்றும் பாகுபாடு பாராபட்சத்தோடு தானும் ஈடுபடுகிறான். அவனது இந்த மனப்பான்மையின் நேரடி விளைவாக, அவனும் தீமையானவனாகக் கருதப்பட்டு மற்றவர்களால் எதிர்க்கப்படுகிறான். ஒரு மனிதனை, ஒரு கட்சியை, ஒரு சட்டத்தை, ஒரு மதத்தை, ஒரு அரசாங்கத்தை தீமை என எதிர்த்திடுங்கள், பின்பு, நீங்களும் தீங்கானவராகக் கருதப்பட்டு எதிர்க்கப்படுவீர்கள். தான் தண்டிக்கப்படுவதும் கண்டிக்கப்படுவதும் தீங்கானது என்று கருதுபவன் மற்றவர்களைத் தண்டிக்காமலும் கண்டிக்காமலும் இருக்கட்டும். அவன் தீமை என்று கருதி கொண்டிருந்தவைகளிலிருந்து பார்வையை விலக்கி தன் உள்ளத்திலிருந்து வெறியுணர்வு, மனக்கசப்பு, பதில்தாக்குதல் போன்றவைகளை நீக்கி நன்மையைத் தேடத் தொடங்கட்டும். அவன் இத்தனை காலமும் தீமை என்று எதிர்த்து கொண்டிருந்த ஒன்றுக்கு உண்மையில் எந்த இருப்பிடமும் இல்லை, தன் உள்ளத்திலிருந்த வெறியுணர்வு மற்றும் முட்டாள்தனத்தின் மிகைப்படுத்தப்பட்ட பிரதிபலிப்பு தான் அவை என்பதை அவன் வெகு விரைவில் உணர்வான். இந்தக் கட்டளையை ஒருவன் கடைபிடிப்பது

ஒருவனை ஆன்மீக மெய்யறிவின் சிகரத்திற்கு இட்டுச் செல்லும். அதன் கோரிக்கைளுக்கு செவிசாய்க்கும் அளவிற்கு அவன் தன் மன மாசை அறுத்துக்கொள்கிறான், தன்னை கடந்து மேலெழுகிறான், மற்ற மனிதர்களிடமும் நிகழ்வுகளிலும் தீமையைக் காணாமல் நன்மையைக் காண்கிறான். அதற்கு அடுத்த உயர்நிலையில் உள்ள கட்டளையான(முதல் கட்டளையிலேயே உள்ளடங்கியது தான் என்றாலும்) ''எதிரியை நேசியுங்கள்'' என்ற கட்டளையை ஈடேற்றத் தன்னை தயார்படுத்திக் கொள்கிறான்.

இந்த கட்டளையைக் குறித்து தடுமாற்றம் அடையும் அளவிற்கு வேறு எந்தக் கட்டளையிலும் மனிதர்கள் தடுமாறுவதில்லை. இந்த தடுமாற்றத்திற்கான காரணம் மிக வெளிப்படையானது என்பதால் எந்த விளக்கமும் தேவையில்லை. சண்டையிடுவது, பதில்தாக்குதல் மற்றும் எதிரிகளின் மீதான எதிர்ப்பு போன்றவைகளைத் தங்கள் குண இயல்பின் போற்றுதலுக்கு உரிய ஒன்றாகக் கருதுபவர்கள் இந்தக் கட்டளையை நடைமுறைக்கு ஒவ்வொததாக மட்டும் கருதவில்லை, ஆனால், முட்டாள்தனமாவும் கருதுகிறார்கள். அவர்களது அறிவின் வெளிச்சப் பார்வையில் அது சரி தான். மனிதர்கள் தெய்வீகத்திலிருந்து துண்டிக்கப்பட்ட வெறும் மிருக நிலையாக கருதப்பட்டால், மிருகங்களிடையே

உயர்வானதாக கருதப்படும் இந்த வெறித்தனமான அழிவு குணங்கள் மனிதர்களிடையேயும் உயர்வானதாக கருதப்படும்.

மிருக குணங்களின் உந்துதல்களில் வாழும் அத்தகைய மனிதர்களுக்கு சாந்த குணம், மன்னிக்கும் மாண்பு, தன்னை-மறுத்த அன்பு போன்றவைகள் கோழைத்தனமாகவும், பலவீனமாகவும், போலியான அன்பாகவும் தோன்றும். என்றாலும், மனிதனிடமுள்ள சில தெய்வீக குணங்களை நாம் அங்கிகரிக்கும் போது, அனைவரிடமும் ஒரு குறிப்பிட்ட அளவு அவைக் காணப்பட்டாலும், சிலரிடம் மற்றவர்களை விட கூடுதலாக வெளிப்படக்கூடிய குணங்களான அன்பு, மன மாசின்மை, இரக்கம், பகுத்தறிவு, மெய்யறிவு, முதலியவை மனிதனை மிருக நிலையிலிருந்து உயர்த்தக் கூடியவைகள் ஆகும். அப்போது, இந்த கட்டளையான, "எதிரியை நேசியுங்கள்" என்பது சாத்தியமான ஒன்றாக தோன்றுவதோடு மட்டும் இன்றி கூடவே சரியான மனநிலையில் உள்ள ஒருவன் செய்யக் கூடியதாகவே தோன்றும். எனவே, "இது ஒரு நடைமுறை சாத்தியமற்ற கட்டளை" என்று கூறும் ஒருவனுக்கு நான் கூறும் பதில், "ஆம், நீங்கள் சொல்வது சரி தான், உங்களுக்கு அது நடைமுறை சாத்தியமற்றது, ஆனால் நன்மையான குணங்கள்

வெளிக்கொணாரக் கூடிய நல்விளைவுகள் மீது உங்களுக்கு உள்ள நம்பிக்கையின்மை, மிருக் ஆற்றல்களின் மீது உங்களக்கு உள்ள நம்பிக்கை தான் அதை சாத்தியமற்றதாக்குகின்றன. உங்கள் மன நிலையை மாற்றுங்கள், சாத்தியமற்றதான அனைத்து கூறுகளும் மறைந்து விடும்.

தனது மிருக இயல்புகளைத் துறக்கத் தயாராக இல்லாத எவனொருவனும் இந்தக் கட்டளையை புரிந்து கொள்ளவோ அல்லது மேற்கொள்ளவோ முடியாது. எவன் கிறிஸ்துவை காண நினைக்கின்றானோ, உண்மையின் தூய உணர்வை காண நினைக்கின்றானோ அவன் தனது ஆன்மீக பார்வையை மறைத்துக் கொண்டிருக்கும் தனது பொய்மை கலந்த உணர்வுகள் மற்றும் வெறி உணர்வுகள் ஆகியவற்றிலிருந்து விடுபட வேண்டும். அவனுள் இருக்கும் காழ்ப்புணர்வின் அனைத்து ஊற்றுகண்களும் அழிக்கப்பட வேண்டும். காழ்ப்புணர்விற்கு பதில் வெறுக்கிறேன் என்பதால் குறைந்த அளவு காழ்ப்புணர்வு ஆகி விடாது. சொந்த பகை போன்ற எண்ணங்கள், மிருக இயல்புகளில் ஊறித் திளைத்தவனுக்கு எவ்வளவு தான் இயல்பாக இருந்தாலும் தெய்வீக வாழ்வில் அவற்றுக்கு இடமில்லை. வஞ்சக எண்ணம், வெறுப்பு, பகை, பழிக்கு பழி அல்லது நான் செய்வது தான் சரி, நீ செய்வது தவறு என்பது

போன்ற கண்மூடித்தனமான ஆணவத்தின் வசப்பட்டிருப்பவனால் ஆன்மீக வெளிப்பாடுகளைக் காணவோ அல்லது ஆன்மீக உண்மைகளை உணரவோ முடியாது.

"எதிரிகளை நேசியுங்கள்" என்ற இந்தக் கட்டளையை மேற்கொள்ள உள்ளத்திலிருந்து காழ்ப்புணர்வு மற்றும் ஆணவ, அகம்பாவம் நீங்க வேண்டியதாக இருக்கிறது. அது நடக்கும் போது, நீதியாளர்-- அநீதியாளர், பாவம் செய்தவர்--புனிதர் என்ற வேறுபாடின்றி அனைவரிடமும் ஒரே மாதிரியாக செல்லும் அந்த பேரன்பு-, தெய்வீக அன்பு என்ற கோட்பாடு உணர்வுநிலையில் வீற்றிருக்கும். அது வரை அந்த உணர்வுநிலையை வன்முறையான மிருக உணர்வுகளும் சொந்த விருப்பு வெறுப்புகளும் தொடர்ந்து ஆக்ரமித்துக் கொண்டிருந்தன. இவை எல்லாம் தெய்வீக அன்பிற்கு நேர் எதிரிணையான காழ்ப்புணர்வுடன் ஒன்றறக் கலந்தவை. மிருக ஆளுமையின் இயல்பில் வாழும் போது ஒருவனது எதிரிகளை நேசிப்பது என்பது முடியாத காரியமாகும். காரணம், கண்மூடித் தனமான விருப்பும் வெறுப்புமே அந்த ஆளுமையின் இயற்கை குணங்களாகும். மற்றவர்களது மாறும் மனப்பாமைகளை பொருட்டாக எண்ணாத அந்த மாறாத தெய்வீக அன்பை, சுயத்தின் கூறுகளைத் துறப்பதால்

மட்டுமே காண முடியும், ஒருவனது நடத்தையிலும் ஒழுக்க முறைகளிலும் மேலோங்கிய தன்மையினதாகவும் மாற முடியும். இதை செய்யும் போது சீடன் தனது உண்மையான தெய்வீக இயல்பை உணர்கிறான்.

எனவே, எதிரிகளிடமும் கனிவாகச் செயல்பட வைக்கும் இந்த அன்பு, மற்றவர்கள் அவனுக்கு எதை செய்ய தான் விரும்புகிறானோ அதை அவன் மற்றவர்களுக்கு, அவர்களது மனப்பான்மை எப்படி பட்டதாக இருந்தாலும் அதை ஒரு பொருட்டாக கருதாமல் செய்யத் தூண்டும் இந்த அன்பு என்பது ஒரு உணர்ச்சி பெருக்கோ, திடிர் உந்துலோ அல்லது விருப்பமோ அல்ல, ஆனால், பயிற்சியினால் அடையப்பட்ட ஒரு தெய்வீக மெய்யறிவாகும். இறைதூதர்கள் அறிவித்து அதன் படி நின்ற என்றும் மாறாத தெய்வீக விதியில் இந்த மெய்யறிவு உள்ளடங்கி மனதில் நிலைப்பெறுகிறது.

எவன் இயேசுவின் கட்டளைகளைக் கடைப்பிடிக்கிறானோ, அவன் தன்னை கட்டுப்படுத்தி ஆள்கிறான், தெய்வீக ஒளி பொருந்தியவனாகிறான். எவன் அவற்றைக் கடைப்பிடிக்கவில்லையோ, அவன் தெய்வீக விதியின் ஆன்மீக அடிப்படைகளைப் பற்றிய புரிதல்

இல்லாமல் தன் கீழ்நிலை இயல்பின் இருளில் தங்கிவிடுகிறான். இங்கு தான் சீடனுக்கு உரிய தகுதிக்கான மறுக்கமுடியாத சோதனையும் காத்திருக்கிறது. கிறிஸ்துவான இயேசுவின் வார்த்தைகள்;-"என்னை நேசிப்பவன், ஆனால் என் கட்டளைகளைக் கடைப்பிடிக்காதவன், என்னை உண்மையில் நேசிப்பவன் அல்ல". "என் கட்டளைகளைக் கடைப்பிடிப்பவன் எவனோ, அவனே என்னை உண்மையில் நேசிக்கிறான்."

3. நுகத்தடியும் பாரமும்

என் நுகத்தடியை உங்கள் மீது கொள்ளுங்கள், என்னிடமிருந்து கற்றுக் கொள்ளுங்கள், நான் சாந்தமாக, இதய தாழ்மையுடன் இருக்கிறேன். உங்கள் ஆன்மாவிற்கான இளைப்பாறுதலை நீங்கள் காண்பீர்கள். காரணம், என் நுகத்தடி எளிமையானது, நான் சுமக்கும் பாரம் லேசானது.

இயேசு

எனவே நீங்களும் குறைகளின்றி இருங்கள், அனைத்துயிர்களுக்குமான உங்கள் சுவர்கலோக தந்தையைப் போலவே.

சே. அருணாசலம்

இயேசு

மனிதயினம் தன்னியல்பில் தெய்வீகமானதே. இயேசுவின் ஒவ்வொரு கட்டளையும் இந்த உண்மையின் அடிப்படையில் தான் இருக்கின்றன. மனிதனிடம் தெய்வத்தன்மை இல்லை என்றால் அந்த கட்டளைகளில் எந்த பொருளும் இருக்காது, அவை போற்றுதலுக்கு உரியதாகவும் இருக்காது, காரணம், அவனைத் தட்டி எழுப்பும் எந்தத் தெய்வீக உணர்வும் அவனுள் உறையவில்லை. மனிதனால் தன் எதிரியை நேசிக்க முடியும், தீமைக்கு பதிலாக நன்மையைத் தர முடியும் என்பதற்கான சாத்தியமே மனிதனுள் தெய்வீகத் தன்மை குடியிருப்பதற்கான சான்று. பாவத்தில் உழல்வதே மனிதனின் இயல்பு என்றால், அவனிடம் புனித தன்மை, அறச்சிந்தனை போன்றவைகளைக் குறித்து உரைப்பதற்கான எந்த தேவையும் இல்லை. காரணம், அவனால் தன் இயற்கை குணத்துக்கு மாறாகச் செயல்பட முடியாது. மனிதர்கள் எப்போதெல்லாம் தங்கள் உடன் வாழ்பவர்பவர்களிடம் அறநெறிகள், நற்செயல்கள், தூய்மையான எண்ணம், சுயநலமின்மை போன்றவைகளைக் குறித்து உரைக்கிறார்களோ அவர்களை அறியாமலே மனிதனிடம் உள்ள தெய்வீகத் தன்மையிடத்து தான் அதைச் சொல்கிறார்கள். பாவத்திலிருந்து மேலெழும்

ஆற்றல் கொண்ட அவனது தெய்வீக வலிமையின் மீது நம்பிக்கை கொண்டு உரைக்கிறார்கள்.

என்றாலும், மனிதன் பன்னெடுங்காலமாக பாவத்துடன் பிண்ணிபிணைந்து வாழ்ந்து வருகிறான், பாவத்திற்கே தான் உரிமையானவன் என கருதும் நிலைக்கு வந்துவிட்டான். தெய்வீக ஊற்றுக்கண்ணிலிருந்து துண்டிக்கப்பட்டுவிட்டதாக, அந்த தெய்வீக ஊற்றின் கண், அவனுக்கு வெளியே எட்ட முடியாத தொலைவில் இருப்பதாக நம்புகிறான். அவன் தெய்வீகத் தன்மைகளை இயல்பாகவே கொண்டவன், அந்தக் கடவுள் தன்மையினோடு ஒன்றறக் கலந்தவன், நன்மையின் ஊற்று அவனுள் இருக்கிறது என்ற உணர்வு இல்லாமல் அறிவை இழந்து இருக்கிறான். ஊதாரியாகத் திரிந்து பின் தொலைதூரத் தேசத்தில் துன்பப்பட்டு மனம் வருந்தும் நிலையில் உள்ள மகனைப் போல மனித இனம் இப்போது பாவம் என்னும் தொலைதூர தேசத்தில் அலைந்து திரிகிறது, பொய்யான நம்பிக்கைகள், கீழான ஆசைகள் என்னும் அருவெறுக்கத்தக்க உணவை உண்டு வாழ முயற்சி செய்கின்றது. ஒவ்வொரு தெய்வீக அறநெறியும் கட்டளையும் மனிதனை அவனது தந்தையின் வீட்டிற்கு, அவனது உண்மை இயல்பான கள்ளமில்லாத தன்மைக்கு அழைப்பதாகும், தெய்வீகத்தன்மை அவனுள்

ஒன்றற கலந்திருக்கிறது என்னும் அறிவை புகட்டி அத்துடன் தொடர்பை ஏற்படுத்தி அவனை மீட்பதாகும்.

இயேசுவின் முழு போதனைகளும் மனிதர்களைத் தன்னைப் போலவே வாழ அழைப்பதற்கான நல்லுரைகள் தான். அவர் தன்னுள் முழு மனிதகுலமும் சமமாக குடிக்கொண்டிருப்பதை உறுதிப்படுத்தி அங்கிகரிக்கிறார். "நானும் என் இறைவனும் ஒன்று" என்று அவர் கூறும் போது அவர் தனக்காக மட்டும் பேசவில்லை, அனைத்து மனிதர்களின் சார்பாகவும் பேசுகிறார். இயேசுவின் வாழ்விற்கும் மற்ற மனிதர்களின் வாழ்விற்குமான வேறுபாடு என்பது வெளியிலிருந்து தற்செயலாக சாற்றப்பட்டதல்ல, அதற்கான காரணம், வெளியிலும் இல்லை, அது முழுக்க முழுக்க சுய விருப்பத்தோடு தேர்வு செய்யப்பட்ட ஒரு வாழ்வு. இறைவனுடன்(தெய்வீக ஊற்றுடன்) தான் ஒன்று கலந்திருப்பதை இயேசு முழுமையாக உணர்ந்திருந்தார். அந்த ஒன்றுப்பட்ட உணர்வுநிலையிலேயே அவர் வாழ்ந்து வந்தார். மற்ற மனிதர்கள்(பரந்த அளவில் நோக்கும்போது) தெய்வீகத்தன்மையுடனான தங்கள் தொடர்பை அங்கிகரிப்பதுமில்லை, நம்புவதுமில்லை. எனவே, அவர்களது அவநம்பிக்கையின் காரணமாக, தெய்வீக வாழ்வின் மாண்பையும்

உயர்நிலையையும் அவர்களால் அடைய முடியாது. ஒரு மனிதன் தன்னை பாவத்தின் வயப்பட்டவனாக நினைத்து கொண்டிருக்கும் வரை, தன்னை கீழானவனாக நம்பிக் கொண்டிருக்கும் வரை, அவன் பாவத்தின் கட்டுப்பாட்டில் கீழ்நிலையில் தான் இருக்க வேண்டும். ஆனால், அவன் தன்னியல்பாகவே தெய்வீகமானவன் என்பதை உணரட்டும். அவனது அறியாமை மற்றும் சுயவிருப்பத்தால் மட்டுமே தெய்வீகத்திலிருந்து துண்டிக்கப்பட்டிருக்கிறானேயன்றி வேறு எப்பொழுதும் என்றும் தெய்வீகத்தலிருந்து துண்டிக்கப்பட்டு இருப்பதில்லை. அவன் இவ்வாறு உணரும் போது பாவத்திலிருந்து மேலெழுவான், தெய்வீக வாழ்வை வெளிப்படுத்தத் தொடங்குவான்.

மனிதன் தெய்வீகத்தன்மையைக் கருவிலேயே கொண்டு உருவாக்கப்பட்டவன். எனவே, கடவுள் என்று அழைக்கப்படும் என்றும் மாறாத உண்மையின் உணர்வுநிலையின் தன்மை அவனுள் இயற்கையாகவே குடிகொண்டிருக்கிறது. பாவமல்ல, நன்மையே அவனது உரிய நிலை. குழப்பம், குறைகள் அல்ல, தெளிவும் நிறைகளுமே அவனுக்கு உரிமையானவையாகும். புனித பவுல் இயல்பான மனிதனின் தன்மைகள் என கூறும் அனைத்தையும் மறுப்பது அல்லது, அதாவது தன்னை மறுப்பது அல்லது துறப்பது, குறிப்பாக

ஒருவன் தனது நோய்களாலான ஆசைகளை, அவனது ஆணவ, அகம்பாவம் மற்றும் தன்னை முன்னிறுத்திக் கொள்வது ஆகியவற்றை மறுப்பதாலோ அல்லது துறப்பதாலோ இந்த நிலைக்குள் ஒருவன் அடியெடுத்து வைத்து நுழைகிறான், அந்த நிலையை உணர்கிறான்.

தெய்வீக வாழ்வை வாழ்வதற்கு வழிக்காட்டும் எண்ணங்களையும் செயல்களையும் இயேசு மலைபிரசங்கத்தில் விளக்குகிறார். தெய்வீகத் தன்மை பொருந்தியவன் என்ற வகையில் மனிதனின் கடமைகள் அனைத்தையும் பட்டியலிட்ட பிறகு அதை அவர்கள் மெய்பிக்க வேண்டும் என்பதற்கான அவரது கட்டளை," எனவே நீங்களும் குறைகளின்றி இருங்கள், அனைத்துயிர்களுக்குமான உங்கள் சுவர்கலோக தந்தையைப் போலவே". இந்த அளவுக்கு மனிதன் உயர்நிலையை அடைய முடியும் என்பது சாத்தியத்திற்கு அப்பாற்பட்டதாக தோன்றும் வகையில் அவர் கட்டளையிடவில்லை, அவர்களைத் தங்களின் தெய்வீக இயல்பில் வாழும் படி மட்டுமே எளிதாக கட்டளையிடுகிறார், தங்களின் தன்-முனைப்பு மற்றும் பாவம் என்னும் தங்களின் பொய்யான வாழ்வை கைவிடும்படி கட்டளையிடுகிறார்.

மனிதர்கள் தங்கள் மீது சாற்றிக்கொள்ள வேண்டும் என்று இயேசு வலியுறுத்தும் நுகத்தடி என்பது நன்மைக்கு கீழ்படிதல் என்னும் நுகத்தடியாகும். மனிதர்கள், கீழ்நிலை ஆசைகள் மற்றும் உந்துதல்களின் வழிச் செல்லாமல் தங்களுக்குள் உறையும் தெய்வீக இயல்பின் வழிக்காட்டுதலை ஏற்பதாகும். அதில் சுமக்க வேண்டிய பாரம் என்பது பாவங்களற்ற வாழ்வின் "பாரமாகும்". அத்தகைய "நுகத்தடி" எளிதானது, காரணம் அது எந்த துன்பத்தையும் விளைவிக்காது, அதன் பாரம் லேசானது. காரணம், அது துக்கம், பதற்றம் மற்றும் அச்சம் ஆகியவற்றிலிருந்து விடுப்பட்டு இருக்கிறது. தன்முனைப்பு வாழ்வு தான் மிகக் கடினமானது, பாவத்தின் பாரம், ஒப்பீட்டளவில் அது மிகச் சிறிய ஒன்றானாதாக இருந்தாலும், மிகப் பாரமானது, சுமப்பதற்கு கடினமானது. தன்னைச் சுற்றியுள்ள உலகைக் கூர்ந்து கவனித்த பின் தன் ஆன்ம நிலையை உற்று நோக்குவதன் வாயிலாக ஒருவன் இந்த உண்மையை உறுதிப்படுத்திக் கொள்ளலாம்.

இயேசு அனைத்து மனிதர்களிடத்தும் தெய்வீக இயல்பை அங்கிகரித்தார். மிகத் தீங்கானவர்கள் என்று கூறப்பட்டோர் மீதும் கூட. அதில் அவர் ஆழ்ந்த நம்பிக்கை கொண்டு மீண்டும் மீண்டும் வலியுறுத்தினார். மனிதன் தன்னியல்பாகவே தாழ்ந்தவன், கீழான குணம் கொண்டவன்,

நன்மைக்கும் உயர்நிலைக்கும் தகுதிப்படுத்திகொள்ள அருகதையற்றவன் போன்ற வார்த்தைகள், கருத்துக்கள் அல்லது போதனைகள் இயேசுவிடமிருந்து வெளிப்பட்டதே இல்லை. அதற்கு மாறாக, இயேசுவின் அனைத்து போதனைகளும் மனிதனுள் தெய்வீகத்தன்மை தன்னியல்பாகவே உறைகின்றன, அவனிடம் நன்மையைக் கடைப்பிடிப்பதற்கு எல்லையற்ற ஆற்றல் குடியிருப்பதாகவே கூறுகின்றன. "கண்டனம் செய்யாதீர்கள். நீங்கள் கண்டனம் செய்யப்பட மாட்டீர்கள். மன்னியுங்கள், நீங்கள் மன்னிக்கப்படுவீர்கள். கொடுங்கள், உங்களுக்கு கொடுக்கப்படும். நன்மை ஒருசேர உங்களை நோக்கி ஓடி வந்து உங்கள் மடி மீது தவழும்" என்று இயேசு போதிக்கும் போது அவர் வலியுறுத்துவது நாம் நமது காழ்ப்புணர்வுகளைக் கைவிட்டு மற்றவர்களை அன்பு, இரக்கம், மன்னிப்பு, கனிவு ஆகிய குணங்களோடு நடத்த வேண்டும். அப்போது, மனிதர்கள் தன்னியல்பாகவே எவ்வளவு நல்லவர்கள், அவர்கள் நம்மீது அளவிட முடியா அளவுக்கு அன்பை, இரக்கத்தை பொழிவார்கள் என்று கூறுகிறார். மனிதர்கள் இதயத்தால் நல்லவர்களே என்று காண விரும்புபவன் அவர்களிடமுள்ள தீமை என்பது பற்றிய தனது கருத்துக்களையும் சந்தேகங்களையும் கைவிட்டு தன்னிடமுள்ள நன்மையைக் கடைப்பிடிக்கட்டும்.

இயேசு நன்மையைக் கடைப்பிடிப்பவர்கள் பற்றி, நன்மையைக் குறித்த பசியோடும் தாகத்தோடும் இருப்பவர்களைப் பற்றியும் பேசுகிறார். “சாந்த குணமுடையவர்கள்”, “இரக்க குணமுடையவர்கள்”, “மன மாசில்லாதவர்கள்”, “நிம்மதியை நிலைநாட்டுபவர்கள்” என்று கூறி இவர்கள் நற்பேறு பெற்றவர்கள் என்கிறார். தங்களுக்குள் தான் தீமை இருக்கிறது என்று கருதுகிறவர்கள் அந்த அளவுக்கு தீங்கிலிருந்து விலகி இருக்கிறார்கள் என்று கூறுகிறார். அவர்கள் மனிதர்கள் அனைவருக்கும் தம் நல்லியல்புகளைப் பரிசுகளாகத் தருகிறார்கள். கேடான தொழில் செய்பவர்களும் பாவிகளும் கூட அன்பிற்கு அன்பையே திரும்பத் தருகிறார்கள். கள்ளமில்லாத குழந்தையுள்ளம் கொண்டு, தாழ்நிலைக்கு சென்றவர்களைக் கனிவோடு நடத்துங்கள் என்ற அவரது வார்த்தையை அவரை பின்பற்றுபவர்கள் என்று சொல்லுபவர்களாலும் கூட உரிய கவனம் பெறாமல் புறக்கணிக்கப்படுகிறது. மேலோட்டான மனமாசுகளைக் கடந்து அவர் நோக்குகிறார்(மற்றவர்கள் அந்த மேலோட்டமான பாவத்தையே உண்மை எனக் கருதி பெரிதுபடுத்தும் வேளையில்). சிறுக சிறுக சேர்ந்த அந்த பாவங்களுக்கு கீழ் தெய்வீக அழகும் நன்மையும் மறைந்திருப்பதைக் கண்டு அவர் அதை வெளிக்கொணார்கிறார்.

பாவிகளைப் பற்றி பேசும் போது அவர்களை பாவத்திடம் சிக்கி கொண்டவர்களாகவும் குருடர்கள் எனவும் கூறுகிறார். தமது வாழ்வின் பணி அவர்களுக்கு விடுதலையை போதிப்பதும் பார்வையை அவர்களுக்கு வழங்குவதுமே என்கிறார். பாவம் என்பது மனிதனது இயல்பல்ல, பாவங்களற்ற நிலையே அவனது உண்மை நிலை என்று தெளிவுப்படுத்துகிறார். தன்னை விடவும் மனிதர்கள் பெரும் பணிகள் ஆற்ற இருக்கிறார்கள் என்றும் கூறுகிறார்.

மனித இதயம் அதன் இயல்பில் தூய்மையானதே. சந்தேகத்துக்கு இடமின்றி (அல்லது செயல் படாத நிலையிலாவது) நன்மை அதனுள் உறைகிறது என்று பெரும் நற்சான்று வழங்கி உள்ளுணர்வு ஊட்டக்கூடிய இயேசுவின் வார்த்தைகளிலும் செயல்களிலும் காணப்படுவதை விட ஒரு பெரிய அத்தாட்சியை வரலாற்றின் எந்த காலகட்டத்திலும் காணமுடியாது. அவருள் உறையும் தெய்வீக உண்மையின் மூலமாக அவர் மனித இதயத்தை அறிந்தார், அது நன்மையானதே என்று தெளிந்து அறிந்தார்.

மனுதனுள் தெய்வீக ஆற்றல் உறைகிறது. அவனால் ஆன்மீக உள்ளுணர்வின் உச்ச நிலையை அடைய முடியும். அவன் பாவத்தையும், துக்கத்தையும் இழிநிலைகளையும் தன்னிடம் ஒட்டாமல் உதிர்த்து விட முடியும். எல்லாம் வல்ல அந்த நன்மையின் கட்டளைகளை மேற்கொள்ள முடியும். தன்னுள் இருக்கும் அனைத்து தீமையான இருளின் ஆற்றல்களை வென்று பேரோளியோடும் சுதந்திர உணர்வோடும் அவனால் விளங்க முடியும். உலகை அவனால் வசப்படுத்த முடியும், உண்மையின் பெரும் சிகரங்களை அவனால் ஏற முடியும். இதை மனிதன் அவனது சுய விருப்பத்தால், அவனது உறுதியான மனத்திடத்தால், அவனது தெய்வீக ஆற்றலால் சாதிக்க முடியும். ஆனால் நன்மைக்குக் கீழ்படிவதால் மட்டுமே இதைச் சாதிக்க முடியும். அவன் இதயத்தில் சாந்த நிலையையும் பணிவையும் தேர்வு செய்ய வேண்டும். அவன் நிம்மதியின் பொருட்டு சச்சரவுகளை கைவிட வேண்டும். மனத்தூய்மைக்காக வெறி உணர்வை கைவிட வேண்டும். அன்பிற்காக வெறுப்பைக் கைவிட வேண்டும். தன்னல துறப்பிற்காகத் தன்முனைப்பைக் கைவிட வேண்டும். தீமையை நன்மையால் வெல்ல வேண்டும். இது தான் உண்மையின் புனிதப்பாதை. இது தான் பாதுகாப்பான நிலையான மீட்சி. இது தான் கிறிஸ்துவின் நுகத்தடியும் பாரமும்.

4. கட்டளையும் செயல்பாடும்

யார் எனது கட்டளைகளைக் கேட்டு அவற்றை செயல்படுத்துகிறானோ அவனை ஒரு வலிமையான பாறையின் அடித்தளத்தில் உறுதியாக வீட்டை கட்டிய அறிவாளியாகக் கருதுவேன். மழை பெய்யலாம், வெள்ளம் வரலாம், புயல் காற்று வீசலாம். பாறையின் அடித்தளத்தில் உறுதியாகக் கட்டப்பட்ட வீடு விழுகாமல் உள்ளிருப்பவர்களைப் பாதுகாக்கும்.

இயேசு

நீங்கள் என் வார்த்தையைத் தொடர்ந்து கடைப்பிடிப்பவர் என்றால், நீங்கள் உள்ளபடியே என் சீடர்களாவீர்கள். நீங்கள் உண்மையை உணர்வீர்கள். உண்மை உங்களை விடுவிக்கும்.

இயேசு

இயேசுவின் நற்செய்தி என்பது எடுத்துக்காட்டாக வாழ்ந்துக்காட்டுவதாகும். அது அவ்வாறு இல்லை என்றால் நிலையான உண்மையாக அது ஒலிக்க முடியாது. பரிசுத்தமான நன்னடத்தையே அதன் கோயில், தான் என்ற அகம்பாவம் சரனடைவதே அதன் நுழைவாயில். பாவங்களை உதறித் தள்ள மனிதர்களுக்கு அது அழைப்பு விடுக்கிறது. அதன் விளைவாக மகிழ்ச்சி, பேரருள் மற்றும் நிலையான நிம்மதியை உறுதியளிக்கிறது.

மனிதகுலத்தால் மீட்பர்கள் என்று போற்றப்படும் அனைத்து பேரான்மாக்களின் போதனைகளிலும் ஒரு இன்றியமையாத தன்மை இருக்கும். அது என்னவென்றால் அது ஆன்மாவிற்கும் வாழ்விற்கும் எளிய வகையில் நேரடியாக ஒளியூட்டுவதாக இருக்கும். இயேசுவின் போதனைகளில் இது மேலும் தனித்துவத்தோடு விளங்குகிறது. தெள்ளத் தெளிவாகச் சொல்ல வேண்டும் என்றால் அவர் எந்த தத்துவத்தையும் முன்வைக்கவில்லை, எந்த மதக்கோட்பாட்டையும் முன்னெடுக்கவில்லை, எந்த குறிப்பிட்ட கருத்திற்கும் உரிமை கோரவில்லை, ஆராய்ச்சிக்குரிய தத்துவங்களையும் எடுத்துரைக்கவில்லை. எது நிலவியதோ, எது நிதர்சனமோ அதை மட்டுமே அவர் சொன்னார்.

மனிதர்கள் தங்களின் கேளிக்கை கொண்டாட்டங்கள், கருத்துக்கள், மதக்கோட்பாடுகள் மற்றும் தத்துவங்கள் போன்றவைகளில் பேரார்வம் கொள்கிறார்கள், எனவே, அவர்களால் வாழ்வின் நிதர்சனமான சில எளிய உண்மைகளைக் கண்டுணர முடியவில்லை. ஒரு உண்மை ஆசானால் மட்டுமே மனிதர்களைத் தங்கள் ஆன்மாவை குறித்த எளிய, அழகிய உண்மைகளை நோக்கி வழி நடத்த முடியும். . மெய்ஞானம் பெறாத ஆசானால் கடமை மற்றும் ஒழுக்கப்பண்புகள் குறித்த எளிய உண்மைகளை உணர முடியும் என்றாலும் தன்னையும் மனிதர்களையும் உள்ளது உள்ளவாறே காண முடியாது. பேருண்மையைக் குறித்த வழிக்காட்டுதலை அவரிடம் கேட்டால் தனது சித்தாந்தத்தை ஏற்பதில் தான் அது அடங்கியிருக்கிறது என்று அறிவிப்பார், மற்ற அனைத்து வகை சித்தாந்தங்களைக் குறித்தும் கேள்வியாளரை எச்சரிப்பார். ஆனால் மனிதர்களது உள்ள இயல்புகளை நன்குணரும், வாழ்வை உள்ளபடியே காணும் மெய்ஞானம் பெற்ற ஆசான் வார்த்தை விளையாட்டுகளாலான சித்தாந்தங்களால் விடையளிக்க மாட்டார். குறிப்பாக, இயேசு அவ்வாறு செய்ய மாட்டார். வாழ்வின் புதிர்களுக்கு விடை கேட்கும் கேள்வியாளரிடம் சிலவற்றைச் செய்யும் படி சொல்வார். ஒரு முறை கூட தன்னை நாடி வந்த கேள்வியாளரிடம் எந்த கருத்தையோ,

சித்தாந்தத்தையோ அல்லது குழப்பமாக பின்னி பிணையப்பட்ட தனது அல்லது மற்றொருவரின் தத்துவத்தையோ ஒரு போதும் அவர் விவரித்தது இல்லை. அவர்களின் கடமையை வலியுறுத்தினார். வாழ்வில் மனத்தூய்மையையும் ஒழுக்கப்பண்புகளையும் கடைபிடிக்கும் படி வலியுறுத்தினார். அவர் மனிதர்களிடம் எச்சரித்தது அவர்கள் செய்யும் பாவங்களைப் பற்றி மட்டும் தான். அது மட்டுமே உண்மையில் தேவையானது. ஒரு மனிதன் பாவத்தை கைவிடுகிறான் அல்லது இறுக பற்றுகிறான் என இரண்டில் ஒன்றைத் தான் செய்கிறான். அவன் பாவத்தை கைவிடுகிறான் என்றால் அனைத்தையும் செய்து வாழ்வின் நீதியை உணர்கிறான். அவன் இறுகப்பற்றுகிறான் என்றால் அவன் எதையும் செய்யவில்லை, அறியாமையில் கண்மூடித்தனமாக எந்தப் புரிதலுமின்றி இருக்கிறான்.

உண்மை என்பது நடத்தை பண்புகளிலும் ஒழுக்க முறைகளிலும் இருக்கிறது. அது எந்த வகையான கருத்துருவாக்க சித்தாந்தங்களிலும் இல்லை. மனத்தூய்மையுடன் பழி கூறாத வாழ்வை வாழ்வது வார்த்தைகளால் நிரம்பிய அனைத்து தத்துவங்களை விடவும் பன்மடங்கு உயர்ந்தது. அனைத்து மதக் கோட்பாடுகளையும் ஒருவன் தெளிந்து ஆராய்ந்தாலும் கூட, அவை அனைத்தும்-

, தான் என்ற உணர்வில்லாத ஒரு எண்ணம், ஒரு தூய்மையான செயலின் முன் வெட்கி தலை குனியும். உண்மை என்பது மதக்கோட்பாடுகளின் முரண்பாடுகளிலிருந்து விலகியிருக்கிறது, ஆனால் தன்னை மறந்த செயலில் மங்காத பேரொளியோடு வீசுகிறது. இயேசுவின் உருவகக் கதைகளில் இது எவ்வளவு அழகாக விவரிக்கப்பட்டிருக்கிறது, அவரது வாழ்வின் பல சம்பவங்களில் அது எந்த அளவு ஆற்றலோடு அது வெளிப்பட்டிருக்கிறது. குறிப்பாக, லூக் பத்தாம் அத்தியாயத்தில் ஒரு நிகழ்வு பதிவு செய்யப்பட்டிருக்கிறது. வழக்கறிஞர் ஒருவர், “ஆசானே, நித்திய வாழ்வை அடைய நான் என்ன செய்ய வேண்டும்” என்று கேட்கிறார். இயேசு அவரிடம் தான் கூறிய முக்கியக் கட்டளையை அவரை உரைக்கும் படி கேட்கிறார். அவரும் அதைச் சொல்கிறார். இயேசு மிக லேசான விதத்தில் கூறியது, ”இதை செய்யுங்கள், நீங்கள் நித்திய வாழ்வு வாழ்வீர்கள்.” இயேசுவை ஒரு வாக்குவாதத்திற்குள் இழுக்கும் நோக்கோடு அவரை மடக்கும் எண்ணத்தில், “யார் எனது அண்டை அயலான்?” என கேட்கிறார்.

ஒப்பிட முடியாத அளவு சிறந்த உருவக கதையான இடர்பாட்டில் இருப்பவருக்கு உதவிய நல்ல சமாரியன் கதையில் நற்செயல்கள் துணையாக இடம் பெறாத வேளையில் மதச்சடங்குகளை

மேற்கொள்வது வீண் வேலை என்று இயேசு எளிய மொழியில் தெளிவாக அதே நேரம் உறுதியாக உணர்த்துகிறார். உலக வாழ்வில் ஊறித்திளைத்தவன் என்று கூறப்படுபவன் தனது தன்னலமற்ற செயல்பாடுகளால் நித்திய வாழ்வை அறிகிறான். மதச் சடங்குகளைத் தொடர்ந்து கடைப்பிடித்துக் கொண்டிருப்பவன் என அறியப்பட்டவன் இரக்கம் மற்றும் தன்னலமின்மைக்கு எதிராக தன் ஆன்மாவை நிறுத்தி உண்மை வாழ்விலிருந்து தன்னை விலக்கிக் கொள்கிறான். இந்த உருவகக் கதையின் முக்கியத்துவத்தைப் புரிந்து கொள்ள வேண்டும் என்றால் யூதர்களிடையே நிலவி வந்த ஒரு மனப்பான்மையைப் புரிந்து கொள்ள வேண்டியது அவசியம். பூசாரிகளும் லேவியர்களும் மட்டுமே இறைவனின் அருளுக்கு தேர்ந்து எடுக்கப்பட்டதாக கருத்தப்பட்டார்கள். சமாரியவர்கள் மீட்புக்கு உரியவர்கள் அல்ல என கருதப்பட்டிருந்தார்கள்.

நடத்தை பண்புகளைப் புறம்தள்ளிவிட்டு இயேசு எந்த மதத்தையும் அங்கிகரிக்கவில்லை. உண்மையில் அதை விட வேறு மதங்களும் இல்லை. களங்கமில்லாத நன்மையே மதமாகும். அதைக் கடந்து எந்த மதமும் இல்லை. எண்ணிக்கையிட முடியாத அளவுக்கு கோட்பாடுகள் இருக்கின்றன. அவை குறித்து சர்ச்சைகளும்

கருத்து பேதங்களும் அனலாக கொதிக்கின்றன, ஆனால், ஒருவன் இவற்றை எல்லாம் வெற்றிகரமாக கடந்து மேலெழும் போது, தன் இதயத்தில் எந்த காழ்ப்புணர்வுக்கும் இடமளிக்காமல் அங்கே கனன்று கொண்டிருக்கும் அன்பு மற்றும் இரக்கத்தின் சுடரில் அவற்றை மாய்க்கும் போது தான் அவன் உண்மையிலேயே மதத்தை பின்பற்றுகிறான் என்று பொருளாகும். இத்தகைய ஒரு தெய்வீக நிலையில் தான் இயேசு இருந்தார். மற்ற மனிதர்களையும் அந்த நிம்மதியையும் ஆறுதலையும் பெறும்படி அழைப்பு விடுத்தார்.

இயேசு சாந்த குணம் மற்றும் தாழ்மை நெஞ்சம் கொண்டவராக, அன்பு, இரக்கம் மற்றும் மனமாசற்றவராக இருந்தார் என்பது மிக அழகானது. ஆனால், அது போதுமானதல்ல. இதைப் படிப்பவர்களே, நீங்களும் சாந்த குணம் மிக்கவராக, தாழ்மை நெஞ்சம் கொண்டவராக, அன்பும், இரக்கமும் மனத்தூய்மையும் கொண்டிருக்க வேண்டும். இயேசு தமது விருப்பத்தைக் கட்டுப்படுத்தி இறைவனின் விருப்பத்தையே செயல்படுத்தினார் என்பது உள்ளுணர்வு ஊட்டக்கூடியதாக இருக்கிறது. ஆனால், அது போதுமானதல்ல, நீங்களும் உங்கள் விருப்பத்தை கடந்து எல்லாவற்றுக்கும் மேலான

அந்த நன்மையின் விருப்பத்தையே நிறைவேற்ற வேண்டும். இயேசுவிடமிருந்த பெருந்தன்மையும் அழகிய குணங்களும் உங்களுக்கு எந்த பயனையும் தராது, அவற்றை உங்களால் புரிந்து கொள்ளவும் முடியாது, அவை உங்கள் உள்ளும் இருந்தால் தவிர்த்து. நீங்கள் அவற்றைப் பயிற்சி செய்து பார்க்கும் வரை அவை உங்களுள் இடம் பெறாது, காரணம், நன்மையை உள்ளடக்கும் குணங்களைப் பொறுத்தவரை, அவை நடைமுறைப்படுத்தப்பட்டால் மட்டுமே இருக்க முடியும். இயேசுவை, அவரது தெய்வீக குணங்களுக்காகப் போற்றுவது என்பது உண்மை பாதையைத் தொலைதூரத்தில் இருந்து பார்ப்பதாகும். ஆனால், அந்தக் குணங்களைப் பயிற்சி செய்வது என்பது உண்மை பாதையில் பயணிப்பதாகும். எவனொருவன், இன்னொருவனின் குறைகளற்றத் தன்மையை வியந்து போற்றுகிறானோ, அவன், தனது குறைகளைக் களையும் வரை ஓய்வு எய்த மாட்டான், தனது ஆன்மவிசாரனையை அந்த நிறைகுணத்தைக் குறித்தே செலுத்துவான். மற்றவரின் நற்குணத்தால் நிம்மதியையோ, பேரருளையோ, நிறைவையோ நாம் அடைய முடியாது, ஏன், கடவுளின் நற்குணத்தாலுமே அடைய முடியாது, அந்த நற்குணங்களை நாமே பயிற்சி செய்தாலன்றி. அது தொடர்ந்து பயிற்சி செய்யப்பட்டு, நம்மில் ஒரு பாகமாக அது உருமாற வேண்டும். அப்போது தான்

அதன் பேரருளையும் நிம்மதியையும் உணர்ந்து பெற முடியும். எனவே, இயேசுவின் தெய்வீக குணங்களுக்காக அவரை போற்றுபவர்கள், அந்த தெய்வீக குணங்களைப் பயிற்சி செய்பவர்கள், அவர்களும் தெய்வீகமாக இருப்பார்கள்.

நன்மையைக் கடைப்பிடிப்பது அல்லது நற்செயல்களில் ஈடுபடுவது என்பது ஒரு தனி மனிதனது ஒழுக்கவியல் என்ற எளிய உண்மைக்கு இயேசுவின் போதனைகள் நம்மை இட்டுச் செல்கின்றன. அவை மனிதனது எண்ணங்களோடும் செயல்களோடும் தொடர்பில்லாத புதிர் அல்ல. ஒவ்வொருவனும் தன்னளவில் சரியானவனாக இருக்க வேண்டும். நன்மையின் கட்டளையை நிறைவேற்றுபவனாக இருக்க வேண்டும். மற்றவர்கள் செய்த செயல்கள் அல்ல, தான் செய்த செயல்களே ஒருவனுக்கு இதய அமைதியையும் மகிழ்வையும் தரும்.

கோடிக்கணக்கானவர்கள் இயேசுவை ஆண்டவர் என்று அழைக்கிறார்கள். ஆனால், உண்மை வாழ்வை அடைந்தவர்கள் யார், தமது சீடர்கள் யார் என்பதை விளக்க இயேசு எந்த விட கட்டத்தையோ அல்லது குழப்பத்தையோ விட்டுச் செல்லவில்லை. அவரது வார்த்தைகள் நேரடியானவை,

எளிமையானவை. “என்னை ஆண்டவரே, தேவனே என்று சொல்வதால் சுவர்க வாழ்வைப் பெற்று விட முடியாது. சுவர்கலோக தந்தையின் கட்டளையை நிறைவேற்றுகிறவரே அந்த வாழ்வைப் பெற முடியும். நான் சொல்வதை செய்யாமல் என்னை ஏன் தேவனே என்று அழைக்கிறீர்கள்”. தெய்வீக கட்டளைகளுக்கு ஏற்ப தங்கள் வாழ்வை வடிவமைத்துக் கொள்கிறவர்களே இறைவனின் விருப்பத்தை நிறைவேற்றுகிறவர்கள்.

தெய்வீக கட்டளையை நிறைவேற்றுகிறவன் அதன் உண்மைத் தன்மையை தன் சொந்த உள்ளத்திலும் வாழ்விலும் நிரூபித்து வெளிப்படுத்துகிறான். தன்னுள் இருக்கும் நிலையான உண்மை என்னும் உறுதியான பாதையை அறிகிறான். நன்மை என்னும் கோயிலை அதன் அடித்தளத்தில் கட்டுகிறான். துக்கம் என்னும் மழையால், இழிநிலை தூண்டுதல் என்னும் சூரைக்காற்றால், பாவம் என்னும் வெள்ளத்தால் அந்த கோயிலை புரட்டிப்போட முடியாது. மன்னிப்பை வழங்குபவனால் மட்டுமே மன்னிப்பின் இனிமையை உணர முடியும். அன்பு, இரக்கம் மற்றும் நன்மை அகியவற்றைக் கடைப்பிடிப்பவனது இதயம் மட்டுமே அவற்றின் பேரருளால் நிரம்பும். எவன் அனைவர் மீதும் நிம்மதி எண்ணங்கள் தவழ வாழ்கிறானோ அவனாலேயே எல்லையில்லாத,

அளவிட முடியாத நிம்மதியை உணர முடியும். எனவே, கட்டளையை நிறைவேற்றுகிறவனே உண்மையான சீடன். அந்த கட்டளைகளைத் தன் மனதோடும் இதயத்தோடும் ஒன்றற கலப்பவன், தன் ஆன்மாவை பாவத்தின் பிடியிலிருந்து விடுவிக்கக் கூடிய பேருண்மையை உணர்கிறான்.

5. நடு தண்டும் கிளைகளும்

நான் நடு தண்டாக இருக்கிறேன். நீங்கள் கிளையாக இருக்குறீர்கள். எவன் ஒருவன் என்னில் அடைக்கலம் நாடுகிறானோ அவன் இதயத்தில் நான் இருக்கிறேன். அவன் வாழ்வு கனிந்த விளைவுகளை ஈவதாக இருக்கும். நடு தண்டின்றி கிளை உயிரோட்டமாக இல்லாதது போல நானின்றி நீங்கள் எதுவும் செய்ய முடியாது.

இயேசு

வருத்தப்பட்டு பாரம் சுமக்கின்றவர்களே, எல்லோரும் என்னிடம் வாருங்கள், நான் உங்களுக்கு இளைப்பாறுதல் தருவேன்.

இயேசு

கிறிஸ்து என்பது அன்பின் உள்ளுணர்வாகும். அது மனிதனுள் என்றும் உறையும் நிலையான உண்மையாகும். மனித வடிவம் என்பது அது காட்சி தருகின்ற கோயில். அது மனித ஆளுமைகளின் வாயிலாகவே தன் உணர்வோடு வெளிப்படுகிறது என்றாலும் அது தன்னியல்பாகவே அனைத்துக்கும் பொதுவான பாகுபாடற்ற தன்மையைக் கொண்டதாகும். அது என்றும் நிலையான அறநெறியாகும். அதுவே வாழ்வின் மூலமும் ஆதாரமும் ஆகும்.

அன்பு என்ற இந்த அறநெறியில் எல்லா அறிவும், புத்தி கூர்மையும் மெய்ஞானமும் அடங்கியிருக்கின்றன. தன் வாழ்வின் மூலவட்டமே அந்த அன்பு தான் என்று ஒருவன் உணரும் வரை, அவன் கிறிஸ்துவை முழுதும் உணர்ந்தவன் ஆகமாட்டான். அவ்வாறு உணர்வதே பரிணாம வளர்ச்சியின் மகுடம் ஆகும். இருப்பிற்கான உயர்வான இலட்சியமாகும். அதை அடைவது என்பது அனைத்து பிழை, அறியாமை மற்றும் பாவங்களிலிருந்து விடுபடுவதாகும். முழு மீட்சியை அடைவதாகும்.

இந்த அறநெறி எல்லா மனிதர்களுக்குள்ளும் இருக்கிறது, ஆனால் மனிதர்கள், அதன்

இருப்பையும் ஆற்றலையும் மறைக்கின்ற சுயநல கூறுகளைத் தொடர்ந்து இறுகப்பற்றிக் கொண்டிருப்பதால் மனிதர்களால் அது அறியப்படாமல் வெளிப்படுத்தப்படாமல் இருக்கிறது. மனித இயல்பின் ஒவ்வொரு சுயநல கூறும் மாறக்கூடியதும் அழியக்கூடியதும் ஆகும். அவற்றை இறுகப் பற்றிக் கொண்டிருப்பது என்பது உண்மையின் மறுப்பை, நிழலை, இறப்பை தழுவிக் கொண்டிருப்பது ஆகும். சடப்பொருகள் சார்ந்த புற உலகில், எந்த ஒரு பொருளையும், அதன் குறுக்கே அல்லது மறிக்கும் விதமாகவோ இருக்கும் மற்ற பொருட்களை நீக்கும் வரை, அதை நாம் கைகொள்ள முடியாது. அக உலகிலும் அதே போல் தான், ஒரு நிலையான அறநெறியை உணர்வதற்கு முன் தன்னியல்பாகவே மாறும் தன்மை கொண்ட ஒவ்வொரு கூறும் தகர்க்கப்பட வேண்டும். ஒரு மனிதன், அன்பு தான் அவனுள் என்றும் உறையும் நிலையான உண்மை என்று அறிவதற்கு முன், அதன் தெள்ளிய வெளிப்படுதலை தடுக்கும் அனைத்து மனித உந்துதல்களையும் அறவே கைவிட வேண்டும். இதை அவன் செய்வதால், அவன் அன்போடு ஒன்று கலக்கிறான். அன்பாகவே மாறுகிறான். இப்பொழுதும் எப்பொழுதும் இறைவனோடும் தெய்வீகத்தோடு ஐக்கியமானவன் தான் என்பதை அப்போது அவன் உணர்கிறான்.

இயேசு தனது சுயத்தின் மீது கொண்டிருந்த முழுமையான வெற்றியினால் பேருண்மையின் செயல்பாடுகளோடு தான் ஒன்றி கலந்து இருந்ததை உணர்ந்து அதை தனது செல்பாடுகளால் வெளிப்படுத்தினார். விருப்பு வெறுப்பற்ற அன்பின் கட்டளைக்குத் தன்னையே முழுமையாக ஒப்படைத்தார். அவர் கிறிஸ்து நிலையை உண்மையாகவே எய்தினார். எனவே, அவர் கிறிஸ்து என அழைக்கப்பட்டார்.

இயேசு,"நானின்றி நீங்கள் எதுவும் செய்ய முடியாது" என்று அவர் சொல்லும் போது, அவர் அழியக் கூடிய தன் உடல் வடிவை குறித்து அவர் குறிப்பிடவில்லை, ஆனால், தன் வாயிலாக வெளிப்பட்டுக் கொண்டிருந்த பிரபஞ்ச அன்பின் துடிப்பை தான் அவர் சொன்னார். அவரது இந்த கூற்று பேருண்மையைப் பற்றிய ஒரு எளிய அறிவிப்பாகும். மனித செயற்பாடுகள் சுயநல நோக்கங்களுக்காக செய்யப்படும் போது வீணானதாகவும் வெற்றுத் தன்மை கொண்டதாகவுமே இருக்கும். மனிதனே அழியக் கூடியவன் தான், தன் சுயநல உந்துதல்களை நிறைவேற்றிக் கொள்ள வாழ முற்படும் போது அவன் இருளில் மூழ்கி இறப்பை குறித்த அச்சத்தில் இருக்கிறான். மனிதனுள் இருக்கும் மிருகத் தன்மையால் ஒரு போதும்

தெய்வத்தன்மையை உணரவோ அதன் அழைப்புக்கு ஒத்திசையவோ முடியாது. தெய்வத்தன்மை மட்டுமே தெய்வீகத்தை உணர முடியும், அதன் அழைப்புக்கு ஒத்திசைய முடியும். மனிதனுள் இருக்கும் காழ்ப்புணர்வின் துடிப்பு ஒரு போதும் அன்பின் துடிப்போடு ஒன்று கலக்க முடியாது. அன்பை கொண்டு தான் அன்பை உணர்ந்து இயைந்து செயல்பட முடியும். மனிதன் தெய்வீக இயல்புகளைக் கொண்டவன். அன்பால் உருவானவன். அவன் இதுகாறும் கண்மூடித்தனமாக இறுகப் பிடித்திருந்த களங்கமான, சுயநல கூறுகளைக் கைவிட்டு கிறிஸ்துவின் உள்ளத்துடிப்பான சுயநலம் கலவாத பேருண்மையை நோக்கி செல்லும் போது அவனால் இதை இயல்பாகவே உணர முடியும். மனமாசின்மை, பணிவு, இரக்கம், மெய்யறிவு மற்றும் அன்பு ஆகியவைகளே அந்த பேருண்மைகளாகும்.

எந்த விதமான முன்நிபந்தனையுமின்றி சில சுயநல கூறுகளைத் துறப்பதையே இயேசுவின் ஒவ்வொரு கட்டளையும் அதனை செயல்படுத்துவதற்கு உரிய தகுதியாக விதிக்கிறது. மனிதன், பொய்மை இறுக பற்றிக் கொண்டிருக்கும் போது உண்மையை உணர முடியாது. அவன் பிழையைக் கைவிடாதிருக்கும் போது உண்மையின் பணியை

அவனால் செய்ய முடியாது. உடல் இச்சை, காழ்ப்புணர்வு, தற்பெருமை, வீண் ஆரவாரம், தன்முனைப்பு, பேராசை போன்றவைகளை ஒருவன் போற்றி ஆராதிக்கும் போது அவனால் எதுவும் செய்ய முடியாது. காரணம், இந்த பாவத்தின் கூறுகள் மேற்கொள்ளும் பணி என்பது பொய்யானது, அழியத்தக்கது.

அவனுள் உறையும் அன்பின் உணர்விடத்தில் அவன் அடைக்கலம் நாடும் போது தான், பொறுமையானவனாக, கனிவானவனாக, மனத்தூய்மையானவனாக, இரக்கமும் மன்னிப்பும் நிறைந்தவனாக இருக்கும் போது தான், அவன் நன்மையின் பணியைச் செய்கிறான், வாழ்வின் கனிகளைத் தாங்கும் கிளையாக இருக்கிறான். திராட்சை கொடியானது அதன் கிளைகள் இல்லாமல் திராட்சை கொடியாக இராது, அந்த கிளைகளும் கனிகளைத் தாங்காமல் முழுமை பெறாது. அன்பு என்பது முழுமையாக புரிந்து கொள்ளப்பட்டு மனிதனது ஒழுக்கமுறைகளில் வெளிப்படும் வரை, மனிதனால் வாழப்படும் வரை அன்பு நிறைவு பெற்றிருக்கவில்லை. அன்பின் கொடியோடு மனிதன் உணர்வு நிலையில் தவழ வேண்டும் என்றால் அவன் எல்லா சண்டை சச்சரவுகளை, காழ்புணர்வுகளை, கண்டனங்களை, மன மாசுகளை, ஆணவ அகம்பாவத்தை, தன்

முனைப்பைக் கைவிட்டு அன்பான எண்ணங்களையே எண்ண வேண்டும், அன்பான செயல்களையே செய்ய வேண்டும். இவ்வாறு அவன் செய்வதால், தன்னுள் இருக்கும் தெய்வீக இயல்பை விழித்து எழச் செய்கிறான். இதுவரையும் அதனை மறுத்து அதை சிலுவையில் அறைந்துக் கொண்டிருந்தான்.

ஒவ்வொரு முறையும் ஒருவன் கோபத்திற்கு, பொறுமையின்மைக்கு, பேராசைக்கு, அகம்பாவத்திற்கு, தற்பெருமைக்கு அல்லது எந்த வகையான சுயநலத்திற்காவது இடம் கொடுக்கும் போதும், அவன் கிறிஸ்துவை மறுக்கிறான், அன்பின் வாயிலிலிருந்து தன்னை வெளியேற்றிக் கொள்கிறான். கிறிஸ்து இவ்வாறு தான் மறுக்கப்படுகிறதே தவிர, வடிவமைக்கப்பட்ட ஒரு மதப்பிரிவைக் கடைப்பிடிக்க மறுப்பதால் அல்ல. எவன், தனது தொடர் முயற்சியால் தனது பாவங்களை எல்லாம் விட்டு விலகி தூய்மையானவனாக மாறுகிறானோ அவனால் மட்டுமே கிறிஸ்துவை அறிய முடியும். எல்லா துன்பங்களுக்கும், துயரங்களுக்கும், மன ஓய்வின்மைக்கும் ஊற்றுக் கண்ணாக இருப்பது அழியக் கூடிய தான் என்ற சுயம் தான். எவன் அந்த சுயத்தை வெல்லும் பெரு முயற்சியில் ஈடுபட்டு புரிந்துணர்வு உள்ளவனாக, கனிவானவனாக,

நிம்மதியானவனாக, அன்பானவனாக, மனமாசில்லாதவனாக ஆகிறானோ-, அவனால் மட்டுமே கிறிஸ்துவை அறிய முடியும்.

பாவத்திலிருந்து மனிதனுக்கு அடைக்கலம் அளிப்பது பாவமற்ற அன்பே. எவன் அந்த அன்பைத் தவிர மற்றவற்றை எல்லாம் விரைந்து மறையக் கூடியதாக, பொய்யானதாக, தகுதியற்றதாகக் கருதி கைவிடுகிறானோ, இதயத்தாலும் மனதாலும் செயலாலும் அனைவரிடமும் அன்பைச் செலுத்துகிறானோ, எந்த களங்கமான அல்லது துன்புறுத்தும் எண்ணங்களை எண்ணாமல் இருக்கின்றானோ, அவன் தன் வாழ்வின் நிலையான அறநெறிகளைக் காண்கிறான். நிலையான வாழ்வுடன் ஒன்று அற கலந்திருத்தல் குறித்த முழு அறிவைப் பெறுகிறான், முடிவில்லாத பெரு நிம்மதியைக் காண்கிறான்.

6. மீட்புக்குரிய இன்றைய நாள்

"இன்றைக்கு இந்த வீட்டிற்கு இரட்சிப்பு வந்தது"

சகேயுவிடம் இயேசு கூறியது

ஆண்டவனது அரசாங்கம் உங்களுள்ளே இருக்கின்றது.

இயேசு

குண இயல்புகளைச் சீரமைத்து கொள்வதன் அடிப்படையிலேயே இயேசுவின் போதனைகள் இருக்கின்றன என்று கடந்த ஐந்து அத்தியாயங்களின் வாயிலாக எடுத்துக் காட்ட

முயற்சிக்கப்பட்டது. அவற்றை ஒரே வார்த்தையில் சொல்ல வேண்டும் என்றால், நன்மை என்று சொல்லலாம். இயேசு, இந்த நன்மையைத் தம் வாழ்வில் வெளிப்படுத்தினார், அவரது போதனைகள் ஆற்றல் நிறைந்தவையாக இருப்பதற்குக் காரணம் அவை அவரது வாழ்விலும் குண இயல்பிலும் நிலைக் கொண்டிருந்தன. "என்னை பின்தொடருங்கள்" என்ற அவரது கட்டளை உண்மையிலேயே இடப்பட்டது தான். ஆனால் அவரது புறவாழ்வைப் பின்பற்றுவதற்காக அல்ல. மாறாக, தன்னை வெல்வதன் மூலமாக நன்மை, இரக்கம், அன்பு போன்ற குணங்களின் சிகரங்களை (அவர் போலவே) அடைய வேண்டும். அவரது போதனைகளின் சிறப்பு அவரது கட்டளைகளில் கட்டமைக்கபட்டிருக்கிறது. அவரது வாழ்வின் மகத்துவம் அதில் உள்ளடங்கியிருக்கிறது. அந்த கட்டளைகளைத் தன் வாழ்வில் வழிக்காட்டிகளாக கடைபிடிப்பவன் தன் எண்ணங்களும் செயல்களும் பிறப்பெடுக்கும் உள்ளத்தின் ஊற்றைத் தூய்மைபடுத்தி அவனது வாழ்வின் கடமையையும் அவனது இருப்பிற்கான காரணத்தையும் நிறைவேற்றி பாவங்களற்றவனாகி ஆன்மீகக் குணங்களைப் பெறுவான். பாவங்களிலிருந்து அவன் மீள்வதால் முழுமையாக இரட்சிக்கப்படுகிறான்.

இரட்சிக்கப்படுதல் என்ற வார்த்தையை இயேசு இரண்டு முறை தான் குறிப்பிட்டுள்ளார். அதில் (சக்கேயுவிடம் சொல்லப்பட்ட) ஒரு முறை மட்டுமே நமக்கு ஏதேனும் முக்கியத்துவம் வாய்ந்ததாக உள்ளது. ஆனாலும், அந்த ஒரே சிறிய அறிவிப்பில் அதன் மெய்பொருளைப் பற்றிய புரிதல் நமக்கு ஏற்படுகிறது. அதற்குக் காரணம் சக்கேயுவின் மாற்றமடைந்த குண இயல்புகள். இந்த சக்கேயு பற்றி நமக்கு தெரிவிக்கப்பட்டுள்ளவை; இவன் மிக கடுமையானவனாகவும், இறுக பற்றும் பொருளாசை மிக்கவனாகவும் இருந்தான் என்பது. அவன் கேள்விபட்ட அந்த புதிய ஆசானை அவன் நேரில் பார்த்தது இல்லை என்றாலும் அவரது போதனைகள் அவன் செவிகளை எட்டியிருந்தது. செய்த தவறுகளுக்கு மனிதன் மனம் வருந்தலாம், வருந்த வேண்டும், சுயநலமான பாவகரமான செயல்களை அவன் கைவிட்டு நன்மை மிக்க செயல்களைச் செய்ய முடியும் என்னும் நற்செய்திக்காக அவன் இதயத்தை திறந்து வைத்திருந்தான். அதன் பேரருளை நிரூபிக்கும் விதமாக இயேசு அவன் இல்லம் நாடி வந்ததில் எந்த ஆச்சிரியமும் இல்லை. சக்கேயு அவரை மகிழ்ச்சியோடு வரவேற்றான். தீமையை கைவிட்டு நன்மையைப் பின்பற்றுவதையும் தீயசெயல்களுக்கு பதிலாக நற்செயல்கள் புரிவதையும் சுயநலமான வாழ்விற்கு பதிலாக சுயநலமில்லாத வாழ்வை வாழ்வதையும் அவரிடம் விவரித்தான். சக்கேயு

கொண்டுள்ள சமயக் கருத்துக்கள் குறித்து இயேசு எந்தக் கேள்வியும் கேட்கவில்லை. மாற்றிக் கொள்ள வேண்டிய கருத்து அல்லது ஏற்றுக் கொள்ள வேண்டிய கருத்து என்று எதையும் பரிந்துரைக்கவில்லை. தான் இறைதூதன் என்று நம்பிக்கை கொள்ளும் படியும் எதையும் சொல்லவில்லை. சக்கேயு தன் குண இயல்புகளை நன்மையாக மாற்றிக் கொண்டிருந்தான். மற்றவர்களின் மீதான தனது மனப்பான்மையை முழுமையாக சீரமைத்திருந்தான். பேராசையை தயாள குணத்திற்கு, இறுகப்பற்றுதலை கொடை குணத்திற்கு, நேர்மையின்மையை நேர்மைக்கு, சுயநலத்தை சுயநலமின்மைக்கு, தீமையை நன்மைக்கு என கைவிட்டிருந்தான். இயேசு இதை போதுமானதாக ஏற்று "இன்றைக்கு இந்த வீட்டிற்கு இரட்சிப்பு வந்தது" என்றார்.

இயேசு அடையாளம் கண்டு போதித்த ஒரே இரட்சிப்பு என்பது இங்கே, இப்பொழுதே பாவத்திலிருந்து இரட்சிக்கப்படுவதும் பாவத்தின் விளைவுகளிலிருந்து இரட்சிக்கப்படுவதையும் தான். பழைய சுயநலத்தை, பழைய சுயநல வாழ்வின் கூறுகளை எந்த வகையிலும் உட்புக அனுமதிக்காமல் கனிவும் தாழ்மையும் மனமாசின்மையும் சுயநலமற்ற அன்பும் இழையோடும் புதிய வாழ்விற்குத் திரும்பும் போது,

அவன் பாவத்திலிருந்து மீண்டவன் ஆகிறான். அவன் பாவத்தைக் கடைபிடிக்காததால் பாவம் அவனை நெருங்கி, அவனைத் துன்புறுத்த முடியாது. சுவர்கம் எனப்படுவதும் இது தான். கல்லறைக்கு சென்ற பின், செல்லக்கூடிய ஒரு யூகத்திற்கு உரிய இடமல்ல. நரகத்தின் ஆசைகளும் மனநிலைகளும் வேதனைகளும் ஒழிக்கப்பட்டு நிம்மதி நீங்காதிருக்கும் அன்பின் ஆட்சியே சுவர்கமாக இருப்பது.

மனிதனுக்குத் தெய்வீக குணங்களை அடைவதற்கான சாத்தியம் இருப்பதை அவனிடம் வெளிப்படுத்தியது தான் உண்மையிலேயே இயேசுவின் நற்செய்தி ஆகும். பாவத்தில் சிக்குண்ட மனிதக்குலத்திடம் அந்த நற்செய்தி சொல்வது," உன் படுக்கையை மடித்து வைத்து நட" என்று. அந்தச் செய்தியின் பொருளாவது, மனிதன் ஆனவன் அறியாமையின், இருளின், பாவத்தின் தயவில் இருக்கும் ஒரு உயிரினமாக இருக்க வேண்டாம் என்று. அவன், நன்மையை நம்பினால், அதைக் கண்டு, முயற்சித்து, போராடி பாவங்களற்ற நன்மையை தன் வாழ்வில் நிதர்சனமாக்க கூறுகிறது. இவ்வாறு நன்மையை நம்புவதாலும் தீமையில் இருந்து மீண்டு எழுவதால், இயேசு தனது கட்டளைகளில் உள்ளடக்கியிருக்கும் நேர் வழியின் வழிக்காட்டுதலை மட்டும் மனிதன்

பெற்றிருக்கவில்லை, அவனது உள்ளத்தில் உறையும் உண்மை உணர்வின் வழிக்காட்டுதலையும் பெற்றிருக்கிறான். "உலகை ஒளி ஊட்டும் ஒவ்வொரு மனிதனின் ஒளியும் அங்கிருந்தே வருகிறது". அந்த உள்ளொளியை ஒருவன் பின் தொடரும் போது கட்டளைகளின் தெய்வீக மூலத்திற்கு அவன் சான்று பகர்வான்.

இந்த நல்வழிப் பாதைகளின் வழியே பயணிப்பவன், தனது இயல்பில் உள்ள களங்கமான, உண்மையில்லாத, விரும்பத்தகாத ஒவ்வொரு கூறையும் கைவிடுபவன், கட்டளைகளின் மீறலை அறவே தவிர்ப்பவன், நம்பிக்கையும் தாழ்மை குணமும் உண்மையும் கொண்ட அத்தகையவனுக்கு குறையில்லாத அந்த ஒன்று நுட்பமாக அவனுக்கு வெளிப்படும். அந்த வெளிப்பாட்டின் விளைவாக அவன் ஒவ்வொரு நாளும் இதயத்தைப் பரிசுத்தப்படுத்திக் கொள்வான், தன் குண இயல்புகளை நேர்படுத்திக் கொள்வான். அவனது கீழ்நிலை இயல்பின் அனைத்து வகை நுட்பங்களைப் புரிந்து கொண்டு விரைவாகவோ அல்லது காலம் கழிந்தோ அவற்றைக் கடந்து மேலெழுவான், தனது ஆன்மாவின் களங்கமான கறைகள் ஒவ்வொன்றையும் அலசி நீக்குவான். என்றும்

நிலையான கிறிஸ்துவின் நிறைவான நன்மையை உணர்வான்.

சே. அருணாசலம்

புத்தக விலை பட்டியல்

வ. எண்	ஜேம்ஸ் ஆலன் முதன்நூல்	தமிழ் மொழிபெயர்ப்பு நூல்	விலை ரூ
1	Man: King of Mind, Body and Circumstance	மனிதன்: மனம், உடல், சூழ்நிலையின் தலைவன்	125/-
2	Foundation Stones to Happiness and Success	மகிழ்ச்சிக்கும் வெற்றிக்குமான அடிதளம்	125/-
3	Out from the Heart	உள்ளத்திலிருந்தே வாழ்வு	125/-
4	Byways of Blessedness	அருள் பொழியும் நிழல் பாதைகள்	400/-
5	All These Things Added - வேண்டுவன யாவும் கிட்டும்		
5.1	Entering the Kingdom	சுவர்கத்தின் நுழைவாயில்	180/-

நல்வாசலின் வழியே (அ) கிறிஸ்துவும் நல்லொழுக்கமும்

5.2	The Heavenly Life	சுவர்க வாழ்வின் தன்மைகள்	180/-
6	Above Life's Turmoil	வாழ்வின் கொந்தளிப்புகளை கடந்த உயர்நிலைகள்	250/-
7	Men and Systems	மனிதர்களும் அமைப்புகளும்	
8	Mastery of Destiny	விதியை நிர்ணயிக்கும் ஆற்றல்	220/-
9	From Passion to Peace	வெறியுணர்வு (என்னும் அடிவாரம்) முதல் நிம்மதி (என்னும் சிகரம்) வரை	150/-
10	Eight Pillars of Prosperity	வளமான வாழ்வைக் கட்டமைக்கும் எட்டு தூண்கள்	250/-
11	Through the Gate of Good or Christ and Conduct	நல்வாசலின் வழியே அல்லது கிறிஸ்துவும் நல்லொழுக்கமும்	150/-
12	Morning and Evening Thoughts	Morning and Evening Thoughts -காலை மாலை சிந்தனைகள் ஆங்கில மூலம்-தமிழ் மொழிபெயர்ப்பு இரண்டும் கொண்ட இரு மொழி நூல்)	200/-
13	Life Triumphant	வெற்றிகரமான வாழ்வு	220/-

		(Mastering the Heart and Mind)	(மனதையும் இதயத்தையும் புண்படுத்தி ஆளுதல்)	
	14	Poems of Peace	நிம்மதியின் பாடல்கள்	250/-
	15	The Shining Gateway	நேர்வழியின் சீரிய ஒளி	200/-
	16	Light on Life's Difficulties	வாழ்வின் பிரச்சினைகள் மீதான ஒளிவீச்சு	
	17	As a Man Thinketh	மனிதன், அவன் எண்ணங்களின் நிரலாக்கம்	125/-
	18	The Path to Prosperity and Peace		
	18.1	The Path to Prosperity	வளமான வாழ்விற்கு இட்டுச் செல்லும் பாதை	
	18.2	The Way of Peace	நிம்மதியின் வழி	
	19	Divine Companion	தெய்வீக உறுதுணை	
	20	Meditations For Everyday of the year	தியானங்கள் ஆண்டின் ஒவ்வொரு நாளுக்கும்	

தொடர்புக்கு
வள்ளியம்மை பதிப்பகம்
மின்னஞ்சல்: arun2010g@gmail.com
வாட்ஸ் அப் எண்: 91-8939478478

குறிப்புக்கள்: